सायबर युद्ध नीती

डॉ. दीपक शिकारपूर

VISHWAKARMA PUBLICATIONS
VP

सायबर युद्ध नीती

प्रथमावृत्ती– सप्टेंबर २०१५

ISBN 978-81-927132-6-7

प्रकाशक:
विश्वकर्मा पब्लिकेशन्स
२८३, बुधवार पेठ, सिटी पोस्टाजवळ, पुणे ४११००२.
दूरध्वनी: +९१-२०-२०२६ ११५७, २४४४ ८९८९
ई मेल: info@vpindia.co.in
वेबसाईट : www.vpindia.co.in

मुखपृष्ठ–अक्षरजुळणी
अभिषेक दरेकर – विश्वकर्मा पब्लिकेशन्स

छपाई
ए. पी. व्हिजन डिझाईन ॲण्ड प्रिंट, पुणे.

किंमत: ₹ १५०/–

लेखक परिचय

डॉ. दीपक शिकारपूर

माहिती तंत्रज्ञान क्षेत्रातील एक अग्रणी म्हणून डॉ. दीपक शिकारपूर हे राष्ट्रीय स्तरावर ओळखले जातात. शालेय व महाविद्यालयीन शिक्षण सतत वरच्या क्रमांकाने उतीर्ण होणारे डॉ. दीपक शिकारपूर ह्यांनी अभियांत्रिकी पदवी ,व्यवस्थापन क्षेत्राचे पदव्युत्तर व आय टी व्यवस्थापनाची पी. एच. डी. उच्च शिक्षण घेतले. आपल्या व्यावसायिक कारकीर्दीचा श्रीगणेशा टाटा उद्योग समूहापासून केला. सुमारे १६ वर्षे विविध पदांवर जबाबदाऱ्या सांभाळल्यावर त्यांनी तंत्र उद्योजक व्हायचा निर्णय घेतला. सध्या ते ऑटोलाईन डी झाईन , सीड, आदी आय टी उद्योगांचे संचालक आहेत. मराठा चेंबर च्या संगणक साक्षरता कमिटीचे अध्यक्ष आहेत. यशवंतराव चव्हाण महाराष्ट्र मुक्त विद्यापीठाच्या विद्या शाखेचे ते सन्माननीय सदस्य आहेत. आपल्या व्यावसायिक कामकाजासाठी त्यांनी आत्तापर्यंत ४० देशांना भेट दिली आहे.

आपल्या व्यावसायिक कारकिर्दीत त्यांना अनेक पुरस्कार व बहुमान प्राप्त झाले आहेत. कॉसमॉस, वीर सावरकर, गो. रा. परांजपे, रेन्लर परांजपे, शंतनुराव किर्लोस्कर गौरव, सिलिकॉन व्हेली आय.टी.आयकोन, सांगली भूषण, पर्वती पुण्य भूषण आदी पुरस्कांनी ते सन्मानित झाले आहेत. कॉमप्युटर सोसायटी

ऑफ इंडीया ह्या राष्ट्रीय संगणक संघटनेचे ते माजी अध्यक्ष व मानद सदस्य (फेलो) आहेत. रोटरी इंटरनेशनल च्या ३१३१ ह्या प्रांताचे ते २०१३-१४ साठी प्रांतपाल (District Governor) म्हणून यशस्वी कारकीर्द गाजवली व अनेक विक्रम प्रस्थापित केले. रोटरी च्या जागतिक अध्यक्षांच्या हस्ते विशेष मानपत्र देऊन त्यांना सन्मानित करण्यात आले होते,

एक संगणक व्यावसायिक म्हणून यश मिळवण्यात त्यांनी धन्यता मानली नाही. ग्रामीण व निम शहरी भागातील मराठी भाषिक नागरीकांसाठी आधुनिक तंत्रज्ञाचा प्रसार हे आता त्यांच्या जीवनाचे ध्येय आहे. गले लठ्ठ पगाराची परदेशी नोकरी करायचे टाळून मराठी प्रदेश, भाषा व माणूस ह्यांच्यासाठी आपले कार्य सीमित केले. विविध वृत्तपत्रातून येणारे लेख, ३१ पुस्तके, अभ्यासपूर्ण व्याख्याने , समुपदेशन ह्या मार्गाने ते उद्याची युवापिढी सक्षम व कौशल्य पूर्ण घडवू इच्छितात. ग्रामीण व निम शहरी भागातील युवा पिढी कौशल्य पूर्ण व सक्षम होण्यासाठी ते अनेक उपक्रम राबवीत असतात. नेंस्कोम चे संस्थापक कै देवांग मेहता ह्यांना ते गुरुस्थानी मानतात.

अधिक माहितीसाठी

www.deepakshikarpur.com
ह्या संकेत स्थळाला भेट द्या.

संपर्कासाठी पत्ता :

बी बी २५ स्वप्न शिल्प सोसायटी, सिटी प्राईड जवळ

गणेश नगर कोथरूड, पुणे ४११०३८

मनोगत

''सायबर युद्ध नीती'' हे माझे एकतिसावे पुस्तक प्रकाशित करताना मला खूप आनंद होत आहे. मातृभाषेतून आपले विचार मांडण्याचा हा एक प्रामाणिक प्रयत्न आहे. एका वेगळ्या विषयावरील पुस्तक प्रकाशित केल्याबद्दल विश्वकर्मा प्रकाशनाचे श्री. भारत अगरवाल, विशाल सोनी ह्यांचे मी मनापासून मी आभार मानतो त्याच बरोबर लेखन सहाय्यक श्रीनिवास निमकर ह्यांचेही मी आभार मानतो. माहिती तंत्रज्ञान उर्फ इन्फर्मेशन टेक्नॉलॉजी (आयटी) हे शब्द सर्वसामान्यांना माहीत झाले. २००५ नंतर इंटरनेटचा प्रसार शहरी-निमशहरी भागांत वेगाने झाला. मात्र स्मार्टफोन आणि त्यामध्ये जाऊन बसलेल्या नेट मुळे खर्या अर्थाने माहिती तंत्रज्ञान आम जनतेच्या हातात आले. सर्वाधिक वेगाने प्रसार झालेले इलेक्ट्रॉनिक उपकरण म्हणून आज सेलफोन जगभर ओळखला जातो.

गेल्या पाचपंचवीस वर्षांत विद्यान-तंत्रज्ञानाच्या प्रसारामुळे जगातील सर्व आर्थिक-सामाजिक-राजकीय चित्रे, धोरणे आणि समीकरणे आरपार बदलली! ह्यामध्ये इलेक्ट्रॉनिक्स व उपग्रहीय संवादमाध्यमांचा फार मोठा वाटा आहे आणि त्यांमध्येही सूक्ष्मतंत्रज्ञान (नॅनो टेक्नॉलॉजी), सर्व संगणकीय वैशिष्ट्ये समाविष्ट असलेला सेलफोन आणि इंटरनेट ह्यांमुळे जगाच्या कानाकोपर्यातल्या माणसांचेही जीवनचित्र पूर्णतः वेगळे झाले (झाले नसले तर लवकरच होईल!). दळणवळण, वैद्यकशास्त्र अशा काही क्षेत्रांचे रूप तर इतके पालटले आहे की केवळ ३०

वर्षांपूर्वीच्या ह्या विषयांतील तज्ञ व्यक्तीलाही गोंधळल्यासारखे व्हावे! ह्याच प्रकारे आणखी एक क्षेत्रातील धोरणांचा आणि साधनांचा मोठ्या प्रमाणात कायापालट झाला आहे – युद्ध, युद्धनीती आणि युद्धसाहित्य. बदलत्या तंत्रज्ञानानुसार आजच्या सैनिकाचे आणि युद्धतंत्राचे स्वरूपही खूपच बदलले आहे, युद्ध म्हटले की शत्रूशी प्रत्यक्ष दोन हात करणारे भूदल–नौदल–हवाईदल ह्यांमधील वीरजवान आणि त्यांना आदेश देणारी लष्करी कार्यालये उर्फ 'हायकमांड' अशी दोनच टोके सर्वसामान्य व्यक्तींच्या डोळ्यासमोर तरळतात. हे स्वरूप आता वेगाने बदलत आहे. सर्व गोष्टी स्मार्ट व हाय टेक होत आहेत. हे पुस्तक इंटरनेट व काही नियतकालिकातील सर्वत्र उपलब्ध असलेल्या माहितीवर आधारित आहेत. कुठल्याही देशाची व व्यक्तीची बदनामी करण्याचा कुठलाही हेतू प्रकाशक व लेखकाने ठेवला नाही. ह्या पुस्तकाचा हेतू सर्व सामान्यांना ह्या नवीन तंत्राची व त्याबरोबरच अनुषंगाने येणाऱ्या धोक्यांची माहिती करून देणे हा आहे.

डॉ. दीपक शिकारपूर

पत्र व्यवहारासाठी पत्ता:
डॉ. दीपक शिकारपूर
B B २५ स्वप्नशिल्प सोसायटी,
गांधी लॉन शेजारी गणेशनगर,
कोथरूड पुणे ४११०३८
deepakdeepakshikarpur.com

अनुक्रमणिका

१

माहिती तंत्रज्ञान क्षेत्रातील क्रांती – २१ वे शतक

येत्या दशकात आपल्या जीवन पद्धतीत अमूलाग्र बदल होणार आहे. फोन, टि.व्ही., संगणक, प्रोजेक्टर्स यासारख्या उपकरणांचे रंगरुपही बदलेल आणि त्याचा प्रसारही समाजाच्या सर्व थरांत होईल. की–बोर्ड, माऊसची जागा आपल्या आवाजाने चालणारी यंत्रे घेतील. हाय स्पीड इंटरनेट, सुपर कॉम्प्युटींग असणारी छोटी छोटी उपकरणे क्रांती घडवून आणतील. या सगळ्या माहिती तंत्रज्ञानाच्या क्षेत्रातील क्रांतीचा आपल्या रोजच्या आयुष्यावर नव्हे तर आपल्या व्यवसायावर, आपल्या एकंदरीत जगण्यावरच खूप खोलवर परिणाम होणार आहे. संगणकीय उपकरणे आणि इंटरनेट यांमुळे व्यावसायिक क्षेत्रात माहिती तंत्रज्ञानाचा वापर अत्यंत सहजपणे होतो आहे व विविध संधीही तयार करत आहे. माहिती गोळा करून त्याचे वर्गीकरण करणे, व्हिडीओ कॉन्फरन्स, उत्पादनांचा ठावठिकाणा शोधून त्यांची एकत्रित नोंद ठेवणे ही व्यावसायिक क्षेत्रातील तंत्रज्ञानाच्या उपयोगाची काही उदाहरणे आहेत.

आताच्या काळात डिजिटल तंत्रज्ञानाचा वापर जो फक्त मोठ्या उपकरणांमध्ये होतो आहे तो नजिकच्या भविष्यात छोट्या

उपकरणांमध्येही सहजपणे दिसू लागेल. हल्ली प्रत्येकाच्या हातात दिसणारा स्मार्टफोन हे त्याचंच एक उदाहरण आहे. फोनचा वापर केवळ बोलण्यापुरता करण्याचे दिवस कधीच मागे गेले. आता कोणाशीतरी बोलणं हा फोनच्या अनेक वापरांपैकी एक मूलभूत वापर आहे. लॅपटॉपवर होणारी ९०% कामे स्मार्टफोनवर होतात. इतकंच नव्हे तर २०१६ सालापर्यंत स्मार्टफोनमध्ये एल.सी.डी. प्रोजेक्टरही बसवला जाईल आणि असे स्मार्टफोन्स खिशाला परवडणाऱ्या किंमतीत उपलब्ध असतील! २० वर्षांपूर्वी फक्त चैनीची गोष्ट समजला जाणारा मोबाईल फोन हा आज आपल्या आयुष्याचा अविभाज्य व अत्यावश्यक भाग बनला आहे. घरातून बाहेर पडताना पैशाच्या पाकिटाइतकाच फोनही नेणं गरजेचं झालं आहे. काहीजण एकापेक्षा अधिक फोन वापरतात.

पण मोबाईल फोन्सने केवळ संवाद साधण्याच्या पलीकडे अनेक फायदे व उपयोग आपल्या आवाक्यात आणून दिले आहेत. सामान्य माणसाच्या वैयक्तिक आयुष्यात मोबाईलमुळे नाती जपणे खूप सहज झालं आहे. तर व्यावसायिक संबंध टिकवणंही सोपं झालं आहे. दूरच्या प्रवासात वेळ घालवण्यासाठी किंवा दुकानात गेलेल्या बायकोला एखादा जिन्नस आणण्याची आठवण करण्यासाठी असो, हा 'मोबाईल' नावाचा मदतनीस कायम सोबतीला असतो. बोलण्यासाठी वेळ नसेल तर एक मेसेज पाठवला की झालं. त्यामुळे मिटिंगमध्ये किंवा सार्वजनिक ठिकाणी जिथे बोलणं शक्य नाही, तिथेही संपर्क साधणं सोपं झालं आहे. पोलीसांची मदत घेणे, टोट्रकला फोन करणे अशा अनेक

बिकट प्रसंगी मोबाईल फोन हे जणू सुरक्षेचे साधन बनले आहे. अंधाऱ्या, असुरक्षित जागेवरून जाताना तुम्ही मित्राशी फोनवर बोलत राहू शकता. ज्यामुळे आपण कुठे आहोत हे मित्राला ठाऊक असते, विशेषत: एखाद्या दुर्घटनेनंतर आपल्याला मदत मिळवताना जी. पी. एस. प्रणालीचा फारच उपयुक्त वापर होतो आहे. जीपीएस लोकेटर तर टीनएजर मुलांच्या पालकांसाठीही उपयोगी पडते. प्रवासामध्येही आपण ऑफीसमधल्या सहकाऱ्यांच्या संपर्कात राहू शकतो. स्मार्टफोनवर आता बोलणं, मेसेज पाठवणं, ई–मेल्स, कामाच्या सॉफ्ट फाईल्स पाठवणं इतकंच काय पण महत्त्वाची कागदपत्रं आणि छायाचित्रेही चुटकीसरशी पाठवू शकतो. बऱ्याच जणांना स्मार्टफोन हा एखाद्या मित्रासारखाच वाटतो.

या सगळ्या माहिती तंत्रज्ञानाच्या क्षेत्रातील क्रांतीचा आपल्या आयुष्यावरच नव्हे तर आपल्या व्यवसायावर व आपल्या एकंदरीत रहाणीमान सुधारण्यावर खूप खोलवर परिणाम होणार आहे. तांत्रिक उपकरणे आकाराने लहान, स्वस्त व अनेक सोयींनी उपयुक्त होऊ लागली आहेत. यामुळे प्रगतीची नवनवीन क्षेत्रे खुली होत आहेत. गुणात्मक वाढीसाठी, प्रगतीसाठी माहिती तंत्रज्ञानाचा व्यापक वापर हा आजच्या युगाचा यशाचा मंत्र झाला आहे. माहिती तंत्रज्ञान हे केवळ एक फॅशन किंवा व्यावसायिक उपयोगाकरिता मर्यादित न राहता सर्वसामान्यांच्या आयुष्याची गरज बनू लागलं आहे. 'रोटी, कपडा, मकान, मोबाईल आणि इंटरनेट' हे आजच्या काळाचं बोधवाक्य बनत आहे. इंटरनेट

आणि सोशल मिडिया हे अनेकांच्या आयुष्याचे अविभाज्य भाग आहेत. नॉर्वेसारख्या देशात तर इंटरनेटचा वापर हा मुलभूत मानवी हक्क मानला जातो. माहिती व ज्ञान मिळवणे आता माहिती तंत्रज्ञानामुळे अधिक सुलभ झाले आहे.

आज जगात ३० कोटी मोबाईल फोनधारक आहेत आणि ही संख्या दरमहा ५० ते ६० टक्क्यांनी वाढतेच आहे. त्याचबरोबर संगणकांच्या किमतीही वेगाने कमी होत असल्यामुळे त्यांचाही वापर वाढला. संप्रेषणाची ही साधने आजच्या युगात जणू 'ई' लाईफ स्टाईल तयार करत आहेत असे म्हटल्यास वावगे ठरू नये. जगातील कोणत्याही विषयाची माहिती जगाच्या कोणत्याही कोपऱ्यात एका क्लीकवर उपलब्ध असल्यामुळे ऑनलाईन शॉपिंग या आज सहज झालेल्या गोष्टींचा वापरही वाढतो आहे.

'वेअरेबल' किंवा 'बॉडी–बोर्न' संगणक हा या क्रांतीतील पुढचा टप्पा आहे. संगणक प्रणाली असलेली ही सूक्ष्म यंत्रे अगदी हातावर, कपड्यांवरही (उदा. बटणात) बसवता येतात. या वेअरेबल संगणकाचे वैशिष्ट्य म्हणजे तुम्ही कुठेही गेलात तरी तो तुमच्या बरोबर सावलीसारखा असतो! ही उपकरणे बंद किंवा चालू करावी लागत नाहीत. शिवाय अशा प्रकारची उपकरणे वापरण्यास अत्यंत सुलभ असल्यामुळे एकाचवेळी आपण अनेक कामे करू शकतो व ती चालू ठेवू शकतो. जणू काही प्रोस्थेटिक मेकअप (अमिताभचा 'पा' मधला मेकअप आठवा) चढवावा अशा पद्धतीने ही उपकरणे अंगावर, कपड्यांवर दागिन्यासारखी बाळगता येतात. 'मोटोरोला सोल्यूशन्स' ने नुकताच वेअरबेल

संगणक बाजारात आणला आहे. कोपीन कॉर्पोरेशनच्या 'गोल्डन आय हेडसेट' या प्रणालीवर आधारीत हा डोक्यावर चढवता येण्यासारखा संगणक आहे. सैन्य किंवा काही कारखान्यांमध्ये जिथे काम करताना हात मोकळे असणं आवश्यक आहे अशा काही क्षेत्रांसाठी मोटोरोला एचसीआय हेडसेट हा संगणक बनवला गेलाय. याला रंगीत टीएफ्टीच्या मायक्रो डिसप्लेवर बसवला आहे. जिथे १५ इंच उंचीची वस्तूची प्रतिमा मिळू शकते. हा संगणक

ध्वनी व हावभाव यांवर नियंत्रित करता येतो. जगप्रसिद्ध खगोलशास्त्रज्ञ स्टीफन हॉकींग्ज याच संगणकाचा वापर करतात.

माहिती तंत्रज्ञानाच्या क्षेत्रात सॉफ्टवेअर्स तयार करण्यात भारताचे स्थान सर्वात वरती आहे आणि आता भारतातच माहिती तंत्रज्ञानाचा वापर अत्यंत सहजपणे होतो आहे. उदा. 'पिक्चर साऊंड' किंवा लोकेशन मॅप असलेला व्हिडीओ यासारख्या तंत्रज्ञानाचा प्रसार वेगाने होतो आहे यामध्ये बोललेले शब्द थेट टाईप होतात किंवा छापता येतात. छापील मजकूर ध्वनीमध्ये रुपांतरीत होतो. यामुळे मनोरंजन, माहिती व संप्रेषणाच्या क्षेत्रात

अनेक क्षितीजे खुली झाली आहेत. प्रगत अशा जीपीएस किंवा आरएफ्आयडी चिप्स किंवा 'गुगल मॅप्स' किंवा 'गुगल अर्थ' यासारख्या अॅप्समुळे वस्तूचा, जागेचा शोध घेणे फार सोपे झाले आहे. आज आपण मोबाईल नंबर, नाव किंवा ईमेल आयडी वरून माणसांच्या स्थळांचा शोध लावू शकतो. लवकरच त्यात आवाज व चित्र याही घटकांची भर पडेल म्हणजेच सीसीटीव्ही किंवा मोबाईलच्या कॅमेरातल्या छायाचित्रावरून ती ठराविक व्यक्ती पुढे असू शकेल याचा तपास करता येवू शकेल. हे केवळ माणसांच्या बाबतीत नव्हे तर वस्तूंचा आकार, रंग यावरूनही वस्तूंचा शोध घेता येईल. भविष्यात मॉलमध्ये तुम्हाला हव्या असलेल्या वस्तूच्या छायाचित्राचे स्कॅनिंग करून त्या प्रतिमेवरून त्या वस्तूची उपलब्धता, बाजारातील चालू किंमत, दर्जा अशा अनेक गोष्टींची माहिती मिळू शकेल. 'ऑगमेन्टेड रिॲलिटी' असे या तंत्रज्ञानाचे नाव आहे. यामध्ये खऱ्या वस्तूची पोत, दर्जा, रंग हा संगणकीय प्रणालीतून तयार झालेल्या आवाज, व्हिडीओ किंवा एखादे चित्र किंवा त्याची जीपीएस माहिती एक सत्यसदृश प्रतिमा तयार होते.

वैयक्तिक पातळीवरच नव्हे तर औद्योगिक, सामाजिक पातळीवर या संगणकाच्या क्रांतीचे दूरगामी परिणाम होताना दिसतील. यामुळे अनेक पारंपरिक चौकटी कदाचित मोडून पडतील व त्यांची जागा नवीन व अधिक खुली प्रणाली असलेल्या यंत्रणा घेतील. विशेषत: शासकीय आणि प्रशासकीय क्षेत्रात जिथे सर्व व्यवहार कागदोपत्री आहे तिथे ही 'ऑनलाईन' प्रणाली राबवली जाईल व त्यामुळे कामांचा वेग व सुलभताही वाढेल. याला कदाचित थोडा

वेळ लागेल पण हे होणार हे नक्की! थोडक्यात सांगायचं तर

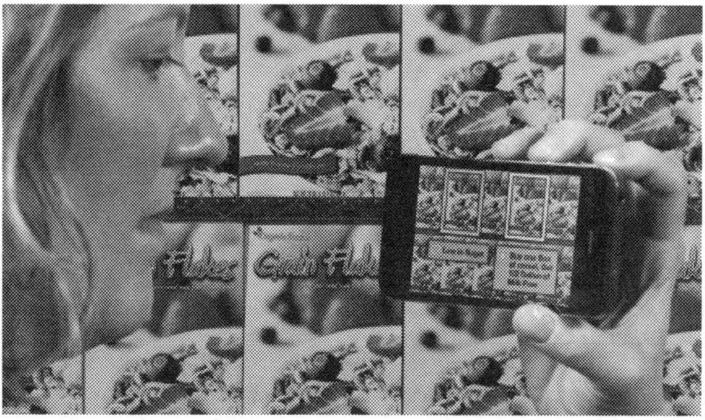

डिजिटल युग (**ICE Age Information Communication Entertainment**) प्रत्यक्षात अवतरलेच आहे! पण त्याचबरोबर अनेक समस्याही उद्‌भवत आहेत. या माहितीच्या गैरवापरावर नियंत्रण कसे ठेवणार? आधुनिक तंत्रज्ञानाचा गुन्हेगारी क्षेत्रातील वापर कसा रोखणार?

या पुस्तकाचा हेतू या प्रकारच्या संभाव्य धोक्यांची चर्चा करणे व वाचकांना सावध करणे हाच आहे. त्या प्रकारांची सविस्तर माहिती देण्याचा या पुस्तकाचा प्रयत्न आहे. हे पुस्तक वाचकांच्या पसंतीस उतरेल अशी अपेक्षा आहे.

२

सायबर हल्ल्यांमागील हेतू

सायबर अतिरेक आणि नेट वा तत्सम सुविधा ह्यांचे नाते जरा चमत्कारिक आहे. त्यामुळे सायबर–अतिरेकाची व्याख्या करताना ती, माहिती तंत्रज्ञान किंवा संगणक प्रणालींचा वापर करून, अन्य गोष्टींवर किंवा खुद्द अशा प्रणालींवरच घडवलेला हल्ला अशी – दोन्ही बाजूंनी – करावी लागेल. म्हणजेच ह्या तंत्राचा वापर लक्ष्य आणि हत्यार असा दोन्ही प्रकारे करता येतो कारण ह्या एकाच नाण्याच्या दोन बाजू आहेत!

ह्यातही पाठभेद असा की संगणकीय प्रणाली वापरून फक्त हवी ती माहिती मिळवणे हा एक प्रकार झाला. तर खुद्द त्या सिस्टिम मध्येच फेरफार घडवून तिचा वापर लक्ष्य किंवा हत्यार म्हणून करणे हा दुसरा. तसेच सायबर गुन्हे (सायबरक्राइम) आणि

सायबर अतिरेक (सायबर टेररिझम) ह्यामध्ये फरक आहे कारण दोन्हींसाठी संगणकीय प्रणाली वापरल्या जात असल्या तरी त्यांच्या अंतिम उद्दिष्टांमध्ये खूपच फरक आहे! उदाहरणार्थ 'सायबर क्राइम' साधारणतः आर्थिक, विवाहविषयक किंवा बदनामीसारख्या बाबींपुरता मर्यादित असतो आणि त्याची झळ वैयक्तिक पातळीवर अधिक जाणवते. ह्याउलट 'सायबर टेररिझम' मध्ये समाजाची सुरळीत चाललेली गाडी रुळांवरून उतरवण्याचा व्यापक आणि कदाचित अधिक दाहक हेतू असू शकतो, निदान लष्करी आणि नागरी मालमत्तेचे प्रत्यक्ष वा अप्रत्यक्ष नुकसान घडवून आणले जाते. राजकीय, सामाजिक, धार्मिक आणि व्यापक आर्थिक क्षेत्राचे नुकसान करण्याचे, चालू कार्यपद्धतींमध्ये अडथळे आणण्याचे आणि एकंदरीने भीती व अनिश्चिततेचे वातावरण निर्माण करण्याचे काम सायबर अतिरेकामधून केले जाते.

संगणक आणि स्मार्टफोनचा वापर सर्वसामान्य नागरिकही मुबलक प्रमाणात करू लागण्याच्या दिवसांत अतिरेकी आणि नक्षलवादी त्यापासून दूर राहतील अशी अपेक्षाच करणे चुकीचे आहे! उलट, पैशाची तशी कमतरता नसल्याने, ते तज्ञ हॅकर्सना रोजगार पुरवतात. वेगळ्या भाषेत सांगायचे तर पारंपारिक स्वरूपाचे बॉंबस्फोट आणि इतर घातपात घडवण्यासाठी ते अत्याधुनिक तंत्राचा अवलंब करीत आहेत! विविध समूहांदरम्यान संवाद साधणे, समन्वय राखणे, हाती असलेल्या सामुग्रीचा आढावा घेणे, आपल्या हेतूंचा प्रचार करणे (व त्याचबरोबर विरुद्ध पक्षाची मते खोडून काढणे), गुप्त माहिती मिळवणे / दडवणे / पसरवणे ह्यांबरोबरच चक्क नोकरभरतीसाठीही नेट आणि तत्सम सुविधांचा वापर जगभरातील अतिरेकी संघटना करीत आहेत. सोशल

नेटवर्क्सप्रमाणेच 'यूट्यूब' वर व्हीडिओ अपलोड करण्याची पद्धतही त्यांच्यात वेगाने रुजते आहे - आयसिस् संघटनेच्या कृष्णकृत्यांची माहिती गेल्या काही महिन्यांत अशा व्हीडिओंमार्फतच जगासमोर आली आहे! नाझी तत्वज्ञानाचा छुपा प्रसार करणारे तसेच फक्त गौरवर्णीय समाजच श्रेष्ठ असे मानणारे काही गट आजही जगभर विखुरलेले आहेत (अमेरिकेत जास्त). त्यांची प्रचार– आणि भरतीविषयक कामे 'वेब' वरूनच चालतात. तसेच आर्थिक मदत मिळवण्यासाठी आणि तिच्या वितरणासाठीही नवतंत्रज्ञानाचा वापर केला जातो.

वर म्हटल्याप्रमाणे अशा उद्योगांसाठी गुप्तपणे आर्थिक सहाय्य देऊ करणाऱ्या अनेक व्यक्ती व संस्था अस्तित्वात आहेत. त्यामुळे 'आयटी' मध्ये मिळणाऱ्या वेतनाइतके किंबहुना बरेचदा त्यापेक्षा अधिक वेतन वा सवलती देऊन अतिरेकी संघटना सॉफ्टवेअर आणि प्रोग्रॅमिंग तज्ञांची फौजच आपल्या पदरी बाळगून असतात! हॅकिंगची अशी कामे करणाऱ्या काही तरूणांना तर आपण नक्की कोणासाठी काय स्वरूपाचे काम करीत आहोत आणि त्याचे परिणाम जगावर कशाप्रकारे होऊ शकतात ह्याची कल्पनाही नसते!! अशा तज्ञांचे मूलभूत काम असते सरकारी किंवा

उद्योगविश्वातील गुप्त आणि महत्त्वाची माहिती आपल्या बॉस ला मिळवून देणे. मध्यंतरी यूकेमध्ये आयरिश मूलतत्ववाद्यांनी बराच गोंधळ माजवला होता. त्यांच्या मागावर असलेल्या पोलिसांना आढळले की त्यांनी संगणकतज्ञांना नोकरीवर ठेवून कायदा-सुव्यवस्थेशी संबंधित सर्व उच्चाधिकाऱ्याचे पत्ते व इतर खाजगी गोपनीय माहिती, तेथील सरकारी नोंदींमध्ये घुसून, गोळा केली होती. दुसरे उदाहरण जपानमधील आहे. १९९५ साली टोकियोच्या भुयारी रेल्वेत विषारी वायू सोडला गेला होता. 'उम शिनरिक्यो' नामक गटाने ह्या प्रकाराची जबाबदारी घेतली होती. २००० साली तेथील पोलिसांना शोध लागला की खात्याच्या वाहनांची जंत्री ठेवणारे सॉफ्टवेअर बनवणारे तज्ञच ह्या गटासाठी देखील काम करीत आहेत! परंतु पोलिसांनी कारवाई करेस्तोवर बरीचशी माहिती गटापर्यंत पोहोचलीही होती.

रशियाने २००७ साली इस्टोनियावर केलेल्या हल्ल्याचा उल्लेख इतरत्र आलेला आहेच. त्यानंतर २००८ मध्ये रशियाने जॉर्जियाशी लढताना हेच तंत्र वापरले – प्रथम जॉर्जियामधील दैनंदिन तसेच इतर महत्त्वाचे व्यवहार चालवणारी नेटवर्क्स, रशियाबाहेरील

'प्रॉक्झी सर्व्हर्स' वापरून, जॅम केली गेली व त्यानंतरच प्रत्यक्ष आक्रमण करण्यात आले. नेटवर्क्सच्या कामात घुसखोरी करून त्यांची कार्यपद्धती बदलून देखील एखाद्या देशाला आपले उद्दिष्ट साधता येते. २००७ मध्ये इस्त्रायलने सीरियावर आधी सायबर-हल्ला करून तेथील रडार केंद्रे चालवणाऱ्या 'सूटर' ह्या संगणक-आज्ञावलीत प्रवेश मिळवला. त्यांचे काम बंद पाडल्यावर इस्त्रायलची विमाने सीरियात बांधल्या जात असलेल्या अणुकेंद्राकडे वळली व तेथील रडारला पत्ता लागू न देता त्यांनी आपले काम केले. संगणकीय यंत्रणा किंवा आज्ञावली जॅम करण्याचे उद्योग चीनद्वारे मोठ्या प्रमाणात केले जातात. त्यांचा फटका अमेरिकेबरोबरच भारतालाही बसला आहे.

संगणकीय महाजालातील माहितीचा वापर फक्त सायबर-हल्ले, सायबर-फसवणूक आणि सायबर-हेरगिरी अशा बाबींपुरताच मर्यादित असतो अशी आपली समजूत असेल तर ती बदलण्याची वेळ आली आहे - चिनी लोक एकंदरीतच किती 'पोचलेले' आहेत आणि ते ह्या माहितीचा वापर कोठे आणि कसा करतात हे वाचून आपले डोके चक्रावून जाईल...!

ह्या तंत्रात चिनी हेर 'नेट' वरील वैयक्तिक आरोग्यविषयक माहितीचा (पर्सनल हेल्थकेअर डेटा) वापर करतात. तेथील रुग्णांच्या नाव-पत्त्यावरून अशा आजारी व्यक्तीचा एखादा जवळचा नातलग एखाद्या महत्त्वाच्या सरकारी वा औद्योगिक पदावर आहे काय? नसला तरी त्याच्या संगणकावर संवेदनशील माहिती आहे काय? किंवा ती त्याला मिळू शकते काय? हे शातपणे आणि चिकाटीने शोधून काढले जाते. आपण भारतीय वाढत्या महागाईबद्दल ओरडत असलो तरी इतर बहुसंख्य देशांत वैद्यकीय सेवा भयंकर खर्चिक असते आणि बहुसंख्यांना वैयक्तिक पातळीवर ती घेणे परवडत नाही हे जाताजाता लक्षात ठेवायला हरकत नाही. असो. तर हे चिनी घुसखोर आजारी व्यक्तीला 'असा' नातलग असल्यास त्याला गाठतात. त्याच्याशी ह्या ना त्या निमित्ताने संबंध वाढवतात. आजारपणाच्या खर्चाने आणि एकंदर कटकटींनी तो जेरीला आल्यासारखा दिसला तर त्याला पैशाचे वा अन्य सुविधांचे आमिष दाखवून आपली मागणी पुढे रेटतात... बरेचदा त्यांचे काम होतेही. ही कार्यपद्धती तुलनेने वेळखाऊ असली तरी मानवी स्वभावाचा सूक्ष्म अभ्यास आणि चिकाटी ह्यांच्या जोरावर सुतावरून स्वर्ग गाठण्यात चिनी हेर बऱ्यापैकी यशस्वी होतात असे दिसले आहे.

अर्थात हा प्रकार उघडकीला आल्यावर इतर देशांनी प्रतिबंधक उपाय केले आहेतच. त्यांपैकीच एका अधिक लोकप्रिय तंत्राला 'इंटेलिजन्स ड्रिव्हन सिक्युरिटी' असे नाव आहे. ह्याची तुलना लसीकरणाशी करता येईल किंवा याला अनुभवातून शिकणे असेही म्हणता येईल. एखाद्या सुरक्षा प्रणालीतील प्रोसेसरला तिच्यावर तसेच तिच्याशी समरूप असलेल्या इतर यंत्रणांवर झालेल्या

हल्ल्यांचे स्वरूप आधीच शिकवून ठेवले जाते आणि हे ज्ञान वारंवार 'अपडेट' देखील केले जाते. त्यामुळे प्रोसेसरला आपल्यावर होणाऱ्या हल्ल्याचा आधीच अंदाज येऊन तो त्याप्रमाणे बचाव-यंत्रणा उभारू शकतो किंवा संबंधित संगणक तज्ज्ञांना तसा इशारा देऊ शकतो. आर्थिक आणि संरक्षणासंबंधीच्या सुरक्षा-यंत्रणा हे तंत्र वापरीत आहेत.

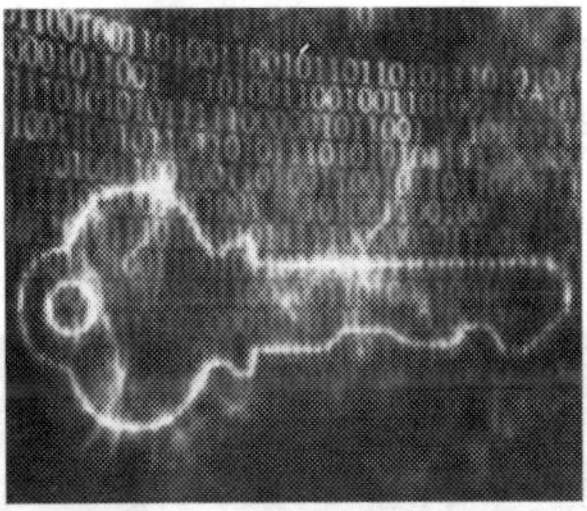

हे सगळे वाचल्यावर लक्षात येते की डिजिटल मार्गांनी देखील स्वतःचे वर्चस्व प्रस्थापित करणे, स्वतःच्या साम्राज्याचा विस्तार करणे आता सहजशक्य झाले आहे. आणि हे काम फक्त अतिरेकी संघटना, माफिया, ड्रग डीलर्स, अपप्रवृत्तीच्या व्यक्तीच करीत आहेत असे नाही तर विविध देशांची सरकारेही कंबर कसून ह्या मैदानात उतरली आहेत. इतर देश ह्या बाबतीत आपल्या पुढे जाऊ नयेत असा त्यांचा सरळ हेतू आहे. त्यांच्याकडेही पैशाची आणि मनुष्यबळाची वानवा नाही. ऑनलाइन धोक्याच्या ह्या वाढत्या पातळीने जगातील नामवंत सायबर-सुरक्षा कंपन्याही चकित झाल्या आहेत. 'एफ-सिक्युअर' ह्या अशाच एका कंपनीचे नाव काहींना माहीत असेल. तिचे प्रमुख संशोधनाधिकारी मिको

हिपोनेन् तर म्हणतात ...फक्त एक–दोन दशकांपूर्वी (म्हणजे सुमारे २००० साली) मला कोणी सांगितले असते की लोकशाहीवादी आणि सर्व प्रकारच्या स्वातंत्र्याचा पुरस्कार करणारे पाश्चिमात्य देश अशाच इतर देशांविरुद्ध आज सर्रास मालवेअर चा उपयोग करतील तर मी त्याला वेड्यात काढले असते.... परंतु आता परिस्थिती अगदीच बदलली आहे! पारंपारिक हत्यारांना समांतर अशी ही संगणकाधारित अप्रत्यक्ष शस्त्रव्यवस्था झपाट्याने तयार झाली आहे. स्वातंत्र्य आणि लोकशाही अबाधित ठेवण्यासाठीच असे करावे लागते असे काही देश म्हणतीलही पण तो वेगळा मुद्दा आहे.

ह्यातून आणखीही एक शंका मनात येते – हेरगिरीचे आणि युद्धाचे पारंपारिक स्वरूप झपाट्याने बदलले आहे हे खरे. विविध देश 'कोल्ड वॉर' कडून 'कोड वॉर' कडे जात असताना प्रत्यक्ष आघाडीवर, बंदुका विमाने रणगाडे इ. वापरून, लढल्या जाणाऱ्या चकमकींचे प्रमाण कमी होईल, तेवढेच राहील की सायबर–संशयाच्या धुक्याआडून किंबहुना त्यामुळे अधिकच वाढेल?

■■■■

३

हॅकिंग – एक विकृती

१८ मे २०१५. युनायटेड एअरलाइन्सचे विमान, त्यामध्ये बसलेल्या ख्रिस रॉबर्ट नामक प्रवाशाने, विमानाचे नियंत्रक सॉफ्टवेअर स्वतःकडील लॅपटॉपवर उघडून, वळवले. ह्यासाठी लागणारे 'व्ही–बॉक्स' हे उपकरण बाजारातील सर्वसाधारण हार्डवेअरच्या दुकानात मिळणारी काही सामग्री आणि संगणकाच्या वापरकर्त्याला असलेले हॅकिंग चे ज्ञान ह्याच्या संयोगाने बनवण्यात आले होते. अनेक सॉफ्टवेअर आणि सिस्टिम्स मधील कच्चे दुवे स्वतःला तसेच हॅकिंग करणाऱ्या इतर अनेकांना माहीत असल्याची कबुलीही रॉबर्टने दिली. रॉबर्ट स्वतःच हॅकिंग आणि सायबर–सुरक्षेतील तज्ज्ञ आहे. अर्थात ह्या प्रकारानंतर, ०६ जून २०१५ च्या बातमीनुसार युनायटेड आणि इतरही काही विमान कंपन्यांनी ख्रिसचे नाव 'नो–फ्लाय' यादीमध्ये समाविष्ट केले आहे. त्यानुसार त्याला आता (संबंधित कंपन्यांच्या विमानातून तरी) विमान–प्रवास करता येणार नाही. ह्या बातमीमध्येच ख्रिसने विमानातील संगणकात घुसखोरी करून मिळवलेल्या उड्डाणविषयक संवेदनशील माहितीचे छायाचित्रही (स्क्रीनशॉट) प्रसिद्ध केले आहे.

तसे पाहिले तर हॅकिंग कोण करत नाही? संगणकविश्वाला चालना देणाऱ्या महान व्यक्तींपैकी खुद्द स्टीव्ह जॉब्जनेही हा उद्योग केला

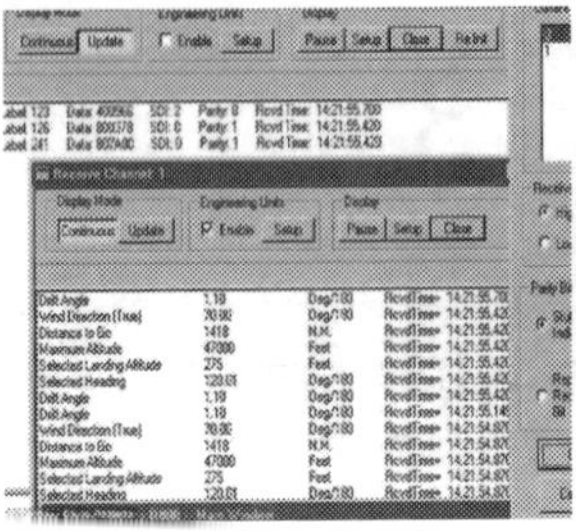

आहे त्याच्या उमेदीच्या वर्षांत! नेट वरून फुकटात फोन करण्याची युक्ती स्टीव्हसकट अनेकांनी वापरली आहे. हॅकिंग नाही असे कोणतेही संगणकीय क्षेत्र वा व्यवहार सापडणे दुर्लभ आहे. हॉलिवूडपासून बॉलिवूडपर्यंतच्या 'ऍक्शन-थ्रिलर' प्रकारच्या बहुतेक चित्रपटांत अशा घुसखोरीची उदाहरणे आढळतात. मॅट्रिक्स, इटालियन जॉब, बेबी, हॉलिडे अशी काही नावे चटकन आठवतात. इंडिपेंडन्स डे मध्ये तर थेट परग्रहावरील आक्रमकाचा कॉंप्यूटर हॅक केला गेला आहे! राजकीय पातळीवरील आंतरराष्ट्रीय हॅकिंग गेल्या काही वर्षांत चव्हाट्यावर आले आहे. जर्मनी, भारत आणि इतरही देशांमधील सर्वोच्च स्थानी असलेल्या व्यक्तींची खाती हॅक केल्याची कबुली अमेरिकेने दिली आहे.

हॅकिंग ह्या शब्दाचा अर्थ बहुतेकांना माहीत असतो, निदान शब्द ऐकलेला असतो. संगणकीय यंत्रणा आणि संगणकीय महाजालातील तटबंदीला असलेली खिंडारे बरोब्बर शोधून त्यांमधून प्रणालीमध्ये अनधिकृत प्रवेश करणे म्हणजे हॅकिंग असे सर्वसाधारणपणे म्हणता येईल. असे करण्यामागील ह्या व्यक्तींचे हेतू वेगवेगळे असू शकतात – हेरगिरी, आर्थिक वा राजकीय लाभ मिळवणे, भूमिका मांडणे किंवा आंदोलन छेडणे, इतरांना व समाजाला त्रास देण्याची विकृती...अथवा निव्वळ गंमत! खुद्द ह्या संगणकीय प्रणालींचे निर्मातेही तिच्या सुरक्षिततेची चाचणी हॅकर्सकडूनच करवून घेतात!! हॅकर्सच्या हेतूंनुसार त्यांना विविध प्रकारांनी ओळखले जाते.

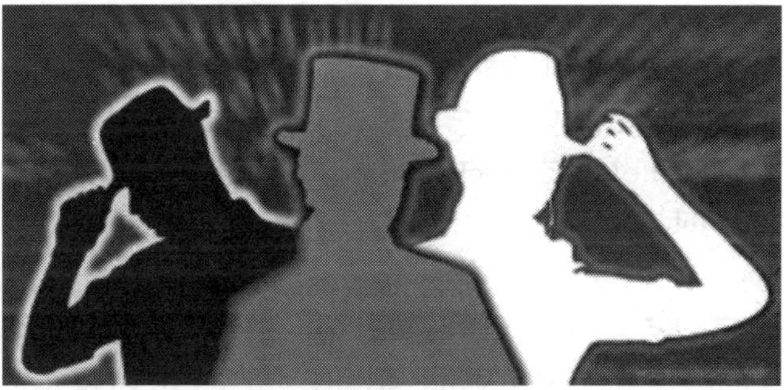

उदाहरणार्थ...

व्हाइट हॅट उर्फ एथिकल हॅकर – असे हॅकर सिस्टिम मध्ये घुसतात ते दुष्ट वा विकृत हेतूने नव्हे तर त्या सिस्टिमच्या सुरक्षिततेची चाचणी घेण्यासाठी व तीमधील कच्चे दुवे

शोधण्यासाठी. अशा व्यक्ती सॉफ्टवेअर लिहिणाऱ्या कंपन्या, बँका, औद्योगिक आस्थापना ह्यांसारख्या संस्थांसाठी अथवा स्वतंत्रपणे काम करतात. प्रणालीच्या अंगभूत सुरक्षिततेची चाचणी घेणे, तीमध्ये कितपत सहजपणे घुसता येते हे तपासणे, सिस्टिम वर बाह्य तसेच अंतर्गत ताणतणावांचा कितपत आणि किती वेगाने परिणाम होतो ह्याची चाचणी घेणे अशा प्रकारची कामे हे करतात. ह्याबाबतचे प्रशिक्षण तसेच प्रमाणपत्रही देणाऱ्या 'इंटरनॅशनल काउन्सिल ऑफ इलेक्ट्रॉनिक कॉमर्स कन्सल्टंट्स' सारख्या संस्था आहेत. जाताजाता संगणकीय प्रणालींचे उत्कृष्ट ज्ञान असलेल्या तरूणांना 'एथिकल हॅकिंग'च्या रूपात रोजगाराची चांगली संधी मिळू शकते कारण आर्थिक तसेच प्रशासकीय व सुरक्षा–विश्वाशी संबंधित असलेल्या बँका, सरकारी विभाग व लष्करासारख्या क्षेत्रांमध्ये व्हाइट हॅट हॅकर्सची मोठ्या प्रमाणात गरज आहे. काही वर्षांपूर्वीच्या 'अ वेनस्डे' ह्या चित्रपटात गुन्हेगाराच्या सेलफोनमधून निघणाऱ्या लहरींद्वारे त्याचे स्थान ठरवण्यासाठी मुंबई पोलिसांनी अशा हॅकरची मदत घेतल्याचे दाखवले आहे.

ब्लॅक हॅट – नावावरूनच उघड आहे की ह्यांचा हेतू व्हाइट हॅटवाल्यांच्या बरोब्बर उलटा असतो! असे हॅकर्स आपल्याला प्रत्यक्षात, बातम्यांमध्ये, चित्रपटांत व ललित साहित्यात सातत्याने आढळतात – कारण त्यांची संख्या भरपूर आहे!! संगणकीय गुन्हेगारीचे सर्व पैलू हे हॅकर्स लीलया हाताळत असल्यामुळे वैयक्तिक तसेच सार्वजनिक नेट–सुविधांमध्ये बिघाड उत्पन्न करून स्वतः आर्थिक किंवा इतर फायदा मिळवणे एवढाच

ह्यांचा उद्देश असतो. सिस्टिम मध्ये सापडलेल्या कच्च्या दुव्यांची माहिती हे इतरांना किंवा संबंधित संस्थेला देत नाहीत तर प्रणालीमधील ह्या दुर्बलतेचा लाभ घेऊन ते तीमध्ये घुसतात. ह्यांना क्रॅकर (क्रिमिनल हॅकर –CRiminal hCKER) असेही नाव आहे

ग्रे हॅट – ह्या प्रकारचे हॅकर ब्लॅक आणि व्हाइट हॅकर्सच्या दरम्यान कोठेतरी असतात. म्हणजे असे की हे संगणक प्रणालीच्या निर्मात्यासाठी किंवा तिच्या नियामक संस्थेसाठी काम करीत नाहीत. परंतु एखाद्या प्रणालीचा संवेदनशील भाग सापडला की ते

संबंधित कंपनीशी संपर्क साधून तो दुरूस्त करण्यासाठी पैशाची मागणी करतात. किंवा सापडलेला कच्चा दुवा वापरून ते स्वतः गैरप्रकार करीत नाहीत परंतु त्याबाबतची माहिती जाहीर करतात (ज्यायोगे दुसरा कोणी ब्लॅक हॅट तेथून घुसून चोरी करू शकतो). अशा प्रकारे ग्रे हॅट वाले थेट गुन्हे करीत नसले तरी प्रणालीमध्ये अनधिकृत प्रवेश करण्याचे बेकायदेशीर काम करतातच.

ब्ल्यू हॅट – हे हॅकर्स प्रणालीच्या निर्मात्यांसाठी किंवा नियामकांसाठी थेट काम करीत नाहीत तर सुरक्षिततेच्या चाचण्या घेतात. विविध प्रकारचे 'व्हायरस' उर्फ संगणकीय विषाणू आणि 'बग' सिस्टिममध्ये मुद्दाम सोडून सिस्टिममधील कच्चे दुवे शोधणे आणि त्यानुसार सिस्टिममध्ये सुधारणा करणे हे त्यांचे काम असते – आजाराची चाहूल लागताच आपण प्रतिबंधात्मक लसीकरण करून घेऊन सभाव्य रोग टाळतो तसेच! ब्ल्यू हॅट प्रकारच्या व्यक्तींचे काम सिस्टिम बाजारात सादर केली जाण्याआधी काही दिवसांपर्यंत सुरू राहते.

हॅक्टिव्हिस्ट – हा शब्द हॅकर (घुसखोर) व ॲक्टिव्हिस्ट (कार्यकर्ता) ह्या दोन शब्दांचे मिश्रण आहे, HCKer+ acTIVIST. सामाजिक, धार्मिक, जातीय, राजकीय इ. संवेदनशील विषयांशी संबंधित संदेश, विचार वा तत्वचिंतन सर्वत्र प्रकाशित करण्यासाठी अशा व्यक्ती नेट चा अनधिकृत वापर करतात.

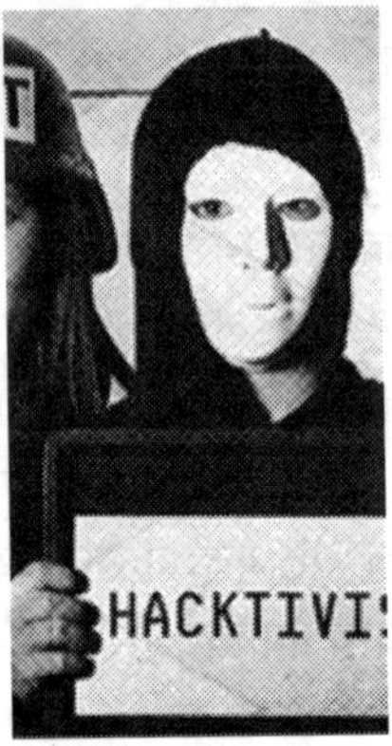

ह्यांच्या 'कार्या' चे दोन मुख्य भाग पाडता येतील –
सायबर–अतिरेक – वेबसाइटस् खराब, अकार्यक्षम वा नष्ट करणे, संबंधित सुविधा वापरकर्त्यांना मिळू न देणे (डिनायल ऑफ सर्व्हिस)

माहितीचा प्रसार – गुप्त किंवा सार्वजनिक स्वरूपात न देण्यासाठीची वर्गीकृत माहिती प्रसिद्ध करणे. लिखित स्वरूपातील माहिती (जी एरवी नेट वर मिळाली नसती) नेटवर जाहीर करणे
ह्यांखेरीज इलाइट, निओफाइट, स्क्रिप्ट किड् अशा प्रकारची नामकरणे (अनुक्रमे) हॅकिंगच्या क्षेत्रात विशेषज्ञ असलेल्या (पोचलेल्या), अगदीच नवख्या असलेल्या आणि फक्त सांगकामेपणा व इतरांच्या पद्धतींचे अनुकरण करू शकणार्यासाठी वापरली जातात.
आपल्या विषयाच्या संदर्भात सांगायचे तर नेट ला सर्वाधिक धोका क्रॅकर आणि हॅक्टिव्हिस्ट प्रकारच्या व्यक्तींकडून असतो.

जगात प्रत्येक प्रकारच्या व्यवसायाची एखादी संघटना असते आणि तिच्याद्वारे त्या व्यवसायातील घडामोडींची माहिती देणारे एक नियतकालिक उर्फ मुखपत्र चालवले जाते. हॅकर्सचे विश्वही ह्याला अपवाद नाही! हॅकिंगला वाहिलेली अशी दोन ठळक

मासिके म्हणून फ्रॅक (Phrack) आणि हॅकिंन् (Hakin9) चा उल्लेख करता येईल. तर '२६०० द हॅकर क्वार्टर्ली' हे त्रैमासिक आहे. अर्थात ह्या मासिकांचा उपयोग हॅकर्सच्या यशस्वितेच्या कहाण्या आणि इतर तत्सम मजकूर प्रसिद्ध करण्यासाठीच होतो कारण – नवतंत्रज्ञान अक्षरशः आठवड्याला नवे रूप धारण करीत असल्याने – मासिक छापून ते बाजारात येईपर्यंत त्यातील माहिती जुनी झालेली असते व तिचा प्रत्यक्ष हॅकिंगचे धडे देण्या-घेण्यासाठी वापर फारसा करता येत नाही.

अधिकृत करार करून केलेले हॅकिंग वगळले तर इतर कोणत्याही प्रकारच्या अशा सायबर घुसखोरीला – जगातील सर्वच देशांमध्ये विविध कमीअधिक शिक्षा दिल्या जातातच. नवीन भारतीय सायबरगुन्हे कायद्यांमधील कलम ६५ नुसार संगणकीय प्रणालीतील मूळ माहितीस्त्रोतात (सोर्स कोड) फेरफार केल्यास, त्याबाबतच्या बाबी हेतुपूर्वक दडवल्यास अथवा ते नष्ट केल्यास ३ वर्षांपर्यंत कैद तसेच/किंवा २ लाख रुपयांपर्यंत दंडाची तरतूद आहे. गुन्हा थेट हॅकिंगचा असल्यास, कलम ६६ अंतर्गत,३ वर्षांपर्यंत कैद तसेच/किंवा ५ लाख रुपयांपर्यंत दंड होऊ शकतो

वर वाचलेले एथिकल हॅकिंग किंवा त्यासारखे अन्य उपाय स्वार्थी घुसखोरांना काबूत ठेवण्यासाठी आवश्यक असले तरी एकंदरीने हॅकिंग ही एक सामाजिक विकृतीच म्हणावी लागेल. कारण ब्लॅक हॅट वर्गातील हॅकर्सची संख्या प्रचंड आहे आणि ती दररोज वाढतेच आहे! वैयक्तिकपासून समाजिक आणि राष्ट्रीय-आंतरराष्ट्रीय पातळीवर देखील इमेल तसेच सोशल नेटवर्कवरील खात्यांमधील व वेबसाइट्सवरील मजकूर खाजगी मर्यादित किंवा विशिष्ट वितरणासाठी गुप्त वा गोपनीय असू शकतो. ज्यांच्यासाठी तो मजकूर किंवा आशय नाही त्यांनी तो अनाधिकाराने पाहणे किंवा तो इतरांना उपलब्ध करून देणे अनैतिक आहे. दुसऱ्याच्या घराच्या खिडकीचा पडदा बाजूला करून खोलीत डोकावण्याइतकेच!! ह्यामुळे नेट वापरणाऱ्यांचा खाजगीपणा तर नष्ट होतोच शिवाय गुप्त अथवा संवेदनशील माहिती बाहेर फुटल्यामुळे राजकीय, लष्करी, सामाजिक, आर्थिक नुकसानही होते. हां,'विकिलीक्स'सारख्या कार्यक्रमांमुळे महासत्तांचा खरा चेहरा आणि उद्योग अगदी सर्वसामान्यांपर्यंत पोहोचले ही बाबही तितकीच खरी आहे! तसेच हॅकिंग होत असल्यानेच सर्व सिस्टिम अधिकाधिक सुरक्षिततेच्या दिशेने प्रवास करीत आहेत – त्यामुळे सार्वजनिक मंचावरून पाहता 'व्हाइट हॅट हॅकिंग'ला प्रोत्साहन मिळाले तरी चालेल असे आपण म्हणू शकतो!!

■■■■■

४

सोशल नेटवर्क – आणि अतिरेकी

ब्रिटिश गुप्तहेर संघटना म्हटले की जेम्स बाँड, 'एमआय६' ही नावे आठवतात. राष्ट्राच्या सुरक्षिततेबाबतच्या संदर्भातील संवादमाध्यमे आणि संदेशवहनासंबंधीच्या बाबी मात्र GCHQ (गव्हर्न्मेंट कम्युनिकेशन्स हेडक्वार्टर्स) ह्या विभागातर्फे हाताळल्या जातात. ह्याचे मुख्य आहेत रॉबर्ट हॅनिगन. 'फायनान्शिअल टाइम्स' ह्या वृत्तपत्रासाठी लिहिलेल्या एका लेखात त्यांनी नुकतीच काही खळबळजनक विधाने केली आहेत – आधुनिक संवाद-तंत्रज्ञान जगभर पुरवणाऱ्या फेसबुक आणि ट्विटरसारख्या नेटवर्क्सचा वापर अतिरेकी आणि गुन्हेगार मोठ्या प्रमाणावर सर्रास करीत असतात...आणि हे माहीत असूनही संबंधितांकडून त्याचा इन्कार केला जातो!!

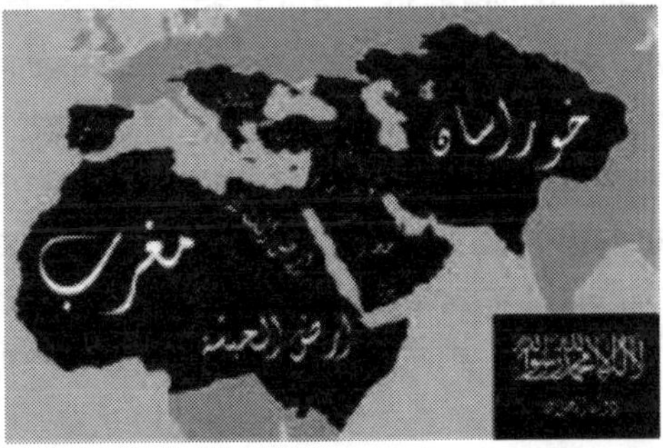

इसिस चे प्रसार आणि प्रभाव–क्षेत्र. 'ट्रेडस्टोन ७१' ह्या साइटनुसार इसिस सारख्या संघटनांना हे साध्य होते ते निव्वळ त्यांना मिळणाऱ्या खुल्या जागतिक सोशल प्लॅटफॉर्म मुळे! इसिस ला अरेबिक मध्ये देश (Daesh) असे नाव आहे.

आपणांपैकी बहुतेकजण नेहमीच ही सोशल नेटवर्क्स वापरतो, काही जण तर तासनतास त्यावर असतात. अशा वेळी आपल्यासोबतच जगभरातील विविध अतिरेकी आणि दहशतवादी संस्था व व्यक्तींकडूनही घातक संदेशांची उघड वा गुप्त देवघेव होत असेल ही कल्पना पचवणे जरा कठीण जाते खरे. पण रॉबर्ट हॅनिगन ह्यांच्या मते हे सत्य आहे. सध्या सर्वाधिक चर्चेत असलेल्या सीरियातील इसिस च्या दहशतवाद्यांनी तर नेट आणि वेब ला आपले दुसरे घरच बनवले आहे. संदेश देणे–घेणे, सरकारी यंत्रणांवर दबाव टाकणे आणि तरुणवर्गाला आकर्षित करणे ह्या तीन कामांसाठी ते नेटचा वापर मुख्यतः करतात. ह्या नेटवर्क कंपन्यांनी खरे तर हे कटु सत्य मान्य करून तांत्रिक आणि प्रशासकीय पातळीवर अधिक जागरूकता दाखवणे अत्यावश्यक आहे. नेटचा सार्वत्रिक वापर आणि अभिव्यक्ती स्वातंत्र्य हे हक्क असले तरी सुरक्षिततेच्या संदर्भात काही कठोर निर्णय घेणे लवकरच अपरिहार्य होणार आहे. नेट वर व्यवहार करणाऱ्या व्यक्ती वा संस्थांचे स्थान व इतर तपशील थेट मिळू शकत नसल्याने त्यांची कामे दीर्घकाळ लपून–छपून चालू राहतात. नेमक्या ह्याच बाबीमुळे विविध देशांच्या गुप्तहेर संघटनांना दहशतवाद्यांचा माग काढणे वा त्यांना पकडणे अवघड जात आहे. जगातील सर्वाधिक अद्यावत तंत्रज्ञान अमेरिकेकडे आहे आणि खरे सांगायचे तर

पैसाही. अशा वेळी फक्त फेसबुकच नाही तर इतरही तत्सम अमेरिकन कंपन्यांनी ह्या कामासाठी तांत्रिक सहाय्य पुरवणे गरजेचे आहे, तरच इतर देशांना अतिरेक्यांवर नजर ठेवणे शक्य होईल असे हॅनिगन ह्यांना वाटते.

हॅनिगन ह्यांचे विचार आणि मते स्पष्ट, मुद्द्याला हात घालणारी आणि रोखठोक असल्याने काहींना अर्थातच ती टोचली आहेत...पण एकीकडे एडवर्ड स्नोडेन सारख्या 'व्हिसलब्लोअर्स'नी अमेरिकेची झोप उडवलेली असतानाच ह्या नव्या धोक्याकडे तिचे लक्ष वेधणेही गरजेचे होतेच.

नेट आणि वेब सुविधा पुरवणाऱ्या कंपन्यांचा मूळ हेतू सर्वांना समान पातळीवर, गुप्ततेची हमी देणारी आणि भेदभावरहित सेवा मिळावी हा आहे ह्यात शंकाच नाही. 'नेट न्यूट्रॅलिटी'चाही विषय सध्या चर्चेत असतो. परंतु व्यक्तींची, देशांची आणि जगाची सुरक्षितता पणाला लागली असताना व्यक्तिस्वातंत्र्य, गुप्तता, नेट प्रायव्हसी ह्यांसारखे मुद्दे प्रतिष्ठेचे करून त्यांचा मूलभूत हक्कांत समावेश न करता जरा व्यावहारिक भूमिका घ्यावी असेही हॅनिगन ह्यांनी ठणकावले आहे. ह्यासाठी कदाचित काही कठोर निर्णय घ्यावे लागतील (आणि तेही वेळ न घालवता) असे त्यांनी सुचवले आहे.

सध्या नेट आणि वेब वर जहाल, दहशतवादी आणि अतिरेकी मजकूर, संदेश, चित्रे इत्यादींचा मोठा भरणा आहे. बालकांचे लैंगिक व अन्य शोषण करणारेही ह्या संवादमाध्यमाचा भरपूर वापर करीत आहेत. फेसबुक, ट्विटर आणि व्हॉट्सॲप वरून अशा लोकांमधील परस्परसंवादाचा ट्रॅफिक जोरात चालू असतो. नेटवर मुळात स्वतःची ओळख लपवणे किंवा बनावट ओळख देणे फार सोपे आहे. ह्यासंबंधीच्या फसवणूक इ. च्या बातम्या आपण नेहमीच वाचतो. अतिरेक्यांना तर ओळख लपवणे आवश्यकच असते. त्यासाठी ते – नेटवर फुकटही उपलब्ध असलेल्या – विविध 'एनक्रिप्शन सॉफ्टवेअर्स'ची मदत घेतात. इसिसच्या अतिरेक्याखेरीज यापूर्वी 'अल् कायदा' च्या दहशतवाद्यांनीही भेटीच्या वेळा व ठिकाणे ठरवण्यासाठी आणि आपल्या विचारांच्या प्रचारासाठीही नेटचा वापर केला आहे. पूर्वी निदान ह्यामधील बराचसा भाग सांकेतिक भाषेत असायच, आता इसिसने हत्याकांडाच्या आणि लढाईच्या व्हिडिओ क्लिप्सच थेट यूट्यूब वर टाकणे सुरू केले आहे हे आपण सर्वजण जाणतोच! असे गट, ऊर्वरित जगाला मान्य असलेल्या, अभिव्यक्ती स्वातंत्र्याचा गैरफायदा घेऊन स्वतःचा प्रसार साधत आहेत.

ट्विटर चा अतिरेक्यांद्वारे केला जाणारा गैरवापर दाखवणारे हे बोलके चित्र पहा

(nyulocal.com)

आपल्या म्हणण्याच्या समर्थनार्थ हॅनिगन ह्यांनी काही उदाहरणेही दिली आहेत. ट्विटर किंवा तत्सम सोशल साइट्सवरून नेहमी शोधल्या व वापरल्या जाणाऱ्या वर्ल्ड कप, इबोला ह्यांसारख्या 'हँडल्स'चा वापर दहशतवादी हुशारीने करून घेत आहेत. तसेच काही विशिष्ट प्रसंगी त्यांच्या अस्तित्वाचे प्रमाण वाढते. इकारमधील मोसुल शहर काबीज करतेवेळी जिहादींनी एका दिवसात ४०००० ट्विट्स केले!!

इसिसशी संबंधित 'सायबरखलिफत' ह्या गटाने अमेरिकन सरकारच्या यूएस सेंट्रल कमांड (सेंटकॉम) चे ट्विटर पेज हॅक केल्याचे ह्या छायाचित्रात दिसत आहे. बराक ओबामांचे सायबरसुरक्षेवर भाषण चालू असतानाच हे काम केले गेले! सेंटकॉमचाच यूट्यूब वरील अकाउंटही हॅक झाला असून गूगलने तो बंद केला आहे. 'बीटान्यूज' ह्या साइटवर ही माहिती आहे.

अमेरिका आणि इतर देशांचे राजकीय, आर्थिक आणि सामाजिक पातळीवरील अनेक संशयास्पद व्यवहार विकिलीक्स द्वारे एडवर्ड स्नोडेनने उजेडात आणले आणि जगभर एकच खळबळ उडाली.

स्नोडेनने चांगले काम केले ह्यात शंकाच नाही परंतु त्याने वापरलेल्या घुसखोरीच्या तंत्रांचा तसेच उच्च दर्जाच्या संकोतन–प्रणालींचा (एन्क्रिप्शन) अतिरेक्यांद्वारे गैरफायदा घेतला जात आहे.

अशा प्रकारच्या प्रचाराचा परिणाम दिसूही लागला आहे. युरोपीय देश, अमेरिका, ऑस्ट्रेलिया अशांसारख्या जगभरच्या ठिकाणांवरून अतिरेक्यांना प्रतिसाद मिळतो आहे. भारतातही असे युवक अधूनमधून सापडत आहेत. ही चिंतेची बाब आहे कारण शाळा–कॉलेजच्या वयातील तरूणवर्गाला भावनिक पातळीवर भडकवणे तुलनेने फार सोपे असते. युवावर्गही मित्रमैत्रिणींच्या नादाने म्हणा वा दबावाखाली म्हणा (पीअर प्रेशर) समाजकंटकांच्या जाळ्यात सापडतो. आधीच ह्या पिढीतले अनेकजण संगणकीय साधने आणि सोशल नेटवर्क मध्ये तसेही अडकलेले आढळतातच. एक दिवस तर सोडाच एक तास देखील संगणक, स्मार्टफोन इ. शिवाय राहू न शकणारे अनेकजण आपल्या आसपासच असतात! अशांचे पालक तसेच समाजशास्त्रज्ञही ह्या समस्येवर उपाय शोधण्याचा प्रयत्न करीत आहेत – त्यात आता ही भर. फेसबुकच्या नियमावलीत म्हटले तर आहे की जहालमतवादी, दहशतवादी तसेच गुन्हेगारी पार्श्वभूमीच्या व्यक्ती व संस्थांना त्यावर प्रवेश नाही किंवा त्यांना अशा विचारांचे समर्थन करण्याचीही परवानगी नाही. तसे पाहिले तर अवयस्क (मायनर) व्यक्तींना फेसबुकवर अकाउंट काढताच येत नाही पण, वर म्हटल्याप्रमाणे, नेट वर बनावट आयडेंटिटी बनवणे फार सोपे असते त्यामुळे...!

जिहादी बनण्यासाठी निघालेली अमेरिकन शाळकरी मुले
(rollingstone.com)

२०१४ मध्ये इंटरनेट २५ वर्षांचे झाले. ह्या कालखंडात कोणताही भेदभाव न करता माहिती व तंत्रज्ञानविषयक सुविधा पुरवण्याचे नवे मानदंड त्याने जगभर प्रस्थापित केले. वास्तविक जगापेक्षा ह्या आभासी (व्हर्च्युअल) दुनियेत वापरकर्त्यांना अधिक अभिव्यक्ती स्वातंत्र्य आणि ते मांडण्यासाठी नवनवीन मंच मिळाले ह्यात शंकाच नाही. मात्र आता, ह्याच वापरकर्त्यांच्या सुरक्षिततेसाठी, नेट आणि वेबच्या वापरातील अंगभूत गोपनीयतेला काही मर्यादा घालणे आवश्यक आहे असे हॅनिगन आणि इतरही काही गुप्तचर संस्थांना देखील वाटू लागले आहे. त्यांचा रोख अर्थातच अमेरिकेवर आहे कारण अमेरिकेत सर्वप्रकारच्या स्वातंत्र्याला जरा जास्तच वरचे स्थान आहे हे आपणही पाहतोच (उदा. लहान मुलांनीही बंदुकांसारखी शस्त्रे बाळगणे). मायक्रोसॉफ्ट, याहू, गूगल, फेसबुक इ. सारख्या महा–संस्थांनी ह्याबाबत जगभरातील गुप्तचर यंत्रणांना व्यापक सहाय्य करावे आणि नेट वरील वैयक्तिक गुप्ततेच्या धोरणांत थोडा बदल करावा असे ह्यांचे मत आहे.

सायबर हल्ल्यांमधील सोशल नेटवर्क्स वापरणाऱ्यांच्या सहभागाची दखल आता अमेरिकेने आणि इतरही देशांनी घेतली असून वापरकर्त्यांमध्ये बरेचसे 'बकरे' बनले असण्याचीही शक्यता गृहीत धरली आहे. प्रत्येक बाबीतून व्यापार साधण्याची संधी येथेही अमेरिकन उद्योजकांनी साधली आहे. उदा. 'आय-प्रीडेटर' (iPREDTOR; हे नाव बहुधा 'प्रीडेटर' ह्या गाजलेल्या चित्रपटावरून सुचले असावे!) नामक कंपनी वापरकर्त्याला त्याच्या सोशल नेटवर्कच्या वापराचे विश्लेषण करून देऊन संभाव्य धोक्यांची आणि टाळण्याजोग्या चुकांची माहिती देते.

असो. हॅनिगन ह्यांच्या मुद्यांवर फक्त फेसबुकने प्रतिक्रिया दिली आहे, आमचे प्रशासनाला नेहमीच सहकार्य असते आणि गरज पडल्यास किंवा न्यायालयाचा हुकूम असल्यास संशयास्पद नेटकरांबाबतची आवश्यक ती माहिती पुरवली जाईल असे आश्वासनही दिले आहे. ट्विटर, गूगल आणि मायक्रोसॉफ्टने मात्र ह्यावर मौन बाळगले आहे!

■■■■

५

अमेरिकन तंत्रहेरगिरी

गेल्या पाचपंचवीस वर्षांत विद्यान-तंत्रज्ञानाच्या प्रसारामुळे जगातील सर्व आर्थिक-सामाजिक-राजकीय चित्रे, धोरणे आणि समीकरणे आरपार बदलली! ह्यामध्ये इलेक्ट्रॉनिक्स व उपग्रहीय संवादमाध्यमांचा फार मोठा वाटा आहे आणि त्यांमध्येही सूक्ष्मतंत्रज्ञान (नॅनो टेक्नॉलॉजी), सर्व संगणकीय वैशिष्ट्ये समाविष्ट असलेला सेलफोन आणि इंटरनेट ह्यांमुळे जगाच्या कानाकोपऱ्यातल्या माणसांचेही जीवनचित्र पूर्णतः वेगळे झाले (झाले नसले तर लवकरच होईल!). दळणवळण, वैद्यकशास्त्र अशा काही क्षेत्रांचे रूप तर इतके पालटले आहे की केवळ २० वर्षांपूर्वीच्या ह्या विषयांतील तज्ञ व्यक्तीलाही गोंधळल्यासारखे

व्हावे! ह्याच प्रकारे आणखी एका क्षेत्रातील धोरणांचा आणि साधनांचा मोठ्या प्रमाणात कायापालट झाला आहे - युद्ध, युद्धनीती आणि युद्धसाहित्य. बदलत्या तंत्रज्ञानानुसार आजच्या सैनिकाचे आणि युद्धतंत्राचे स्वरूपही खूपच बदलले आहे.

यूद्ध म्हटले की शत्रूशी प्रत्यक्ष दोन हात करणारे भूदल-नौदल-हवाईदल ह्यांमधील वीरजवान आणि त्यांना आदेश देणारी लष्करी कार्यालये उर्फ 'हायकमांड' अशी दोनच टोके सर्वसामान्य व्यक्तींच्या डोळ्यासमोर तरळतात. मानवी शरीर आणि यंत्र ह्यांच्या संयोगातून बनलेल्या यंत्रमानवाला 'एँड्रॉइड' किंवा 'सायबोर्ग' असे नाव आहे. 'रोबोकॉप', 'युनिव्हर्सल सोल्जर' अशा काही चित्रपटांमधून अशा सैनिकांचे दर्शन घडते.

स्वतःच्या शरीरात संवेदक (सेन्सर्स) असलेला, इजा झाल्यास स्वतःच एखादी छोटी शस्त्रक्रिया करू शकणारा, लेझर तसेच क्ष-किरणांचे सहाय्य घेऊन पाहणारा, 'जीपीएस'मार्फत शत्रूच्या हालचाली व इतर माहिती मिळवणारा आजचा 'कमांडो' सैनिकाबाबतच्या पारंपारिक संकल्पनेपेक्षा खूपच वेगळा आहे.

आणि हे वेगळेपण वाढतच जाणार आहे! त्याला मदत मिळते आहे हेरगिरीसाठी वापरल्या जाणाऱ्या विविध तंत्रांची. अंगठ्याच्या नखावर मावणारे डासासारखेच दिसणारे उडते यंत्र आज शत्रुप्रदेशात सोडले जाते. त्यामधील संगणकाची क्षमता अफाट असते! हवेत उडणारे असे शेकडो कीटक आसपासच्या वीसएक किलोमीटर क्षेत्राची खडानखडा माहिती ह्या कमांडोला क्षणार्धात कळवू शकतात. ह्याच प्रकारे जंतुयुद्ध देखील फार सहजपणे सुरू करता येते. इस्त्रायली लष्कराने छोटे-छोटे सायबर-साप तयार केले आहेत. त्याचे डोळे म्हणजे कॅमेरे असतात. ते शत्रूच्या प्रदेशातून सरपटत जाऊन फोटो काढतात आणि परत येतात. ही फार साधीसुधी शस्त्रे मानता येतील इतकी गुंतागुंतीची हत्यारे आणि साधने आज जगातील अनेक देशांमध्ये गुप्तपणे तयार केली आणि वापरली जात आहेत. नॅनोटेक्नॉलॉजी आणि इंटरनेट ह्यांचा, बुद्धीला चक्रावणारा, वापर ह्यांसाठी केला जातो.

जगभरच्या अतिरेकी कारवाया गेली एक-दोन दशके जरा जास्तच वाढल्या आहेत हे आपण वाचतो आणि पाहतोच. अनेकविध देशांतील सरकारी यंत्रणा आणि लष्करी दलांचे त्यांविरुद्ध लढणेही चालू असतेच. परंतु दहशतवादाविरुद्धच्या लढ्याला खऱ्या अर्थाने व्यापक सुरूवात झाली अमेरिकेतील ९/११ नंतर. देशांतर्गत

सुरक्षेसाठी स्थापलेल्या खास कक्षाच्या कामाला वेग आला, त्याचे अधिकार वाढवण्यात आले आणि अमेरिका प्रत्येकाकडेच संशयाने पाहू लागली! ९/११ नंतर अमेरिकेने स्वसंरक्षणाबाबत विविध प्रकारे पावले उचलली आणि त्यांमध्ये आधुनिक तंत्रज्ञानाचा पुरेपूर वापर केला.

ह्याआधी देखील, परदेशी आणि स्थलांतरित व्यक्तीप्रमाणेच, खुद्द अमेरिकन नागरिकांवरही चोखपणे नजर ठेवण्याचे अनेक मार्ग अमेरिकन प्रशासन वापरीत आले आहे. 'नॅशनल सिक्युरिटी एजन्सी' (एनएसए) च्या अनेक केंद्रांवर कित्येक एकर क्षेत्रफळावर पसरलेले महासंगणक आहेत आणि त्यांमध्ये इतक्या प्रकारची माहिती भरलेली असते की बस्स! एकच उदाहरण सांगतो – अमेरिकेतील रहिवाशांनी पाठवलेली आणि त्यांना आलेली जवळजवळ प्रत्येक इ-मेल अशा संगणकांद्वारे विजेच्या गतीने 'स्कॅन' केली जाते आणि त्यांमध्ये बॉंब / गन / डिस्ट्रॉय अशा प्रकारचे शब्द असले (अशा संशयास्पद शब्दांची लांबलचक यादी एनएसए, एफबीआय, सीआयए अशांसारख्या संस्थांकडे आहे) की ती आपोआप बाजूला काढली जाऊन ती पाठवणाऱ्या आणि प्राप्तकर्त्या व्यक्तीची अधिक माहिती गोळा केली जाते. अनेकांच्या दैनंदिन वापरातील वस्तूंमध्ये सूक्ष्म कॅमेरे बसवून / जीपीएस टॅग्ज वा सॅटेलाइट ट्रॅकिंग वापरून त्यांच्या खाजगी तसेच व्यावसायिक आयुष्याची माहिती मिळवली जाते...प्रत्यक्ष संशयावरून किंवा निव्वळ प्रतिबंधात्मक सावधगिरीसाठी! अनेक 'ॲक्शन-ॲडव्हेंचर' हॉलिवूडपटांतून आपल्याला ह्या यंत्रणेचे दर्शन घडतेही. गरजूंनी 'एनिमी ऑफ द स्टेट' हा चित्रपट जरूर

पहावा. आता,' वॉशिंग्टन पोस्ट' ह्या नामांकित वृत्तपत्रातील एका बातमीनुसार, अमेरिकन सुरक्षा–यंत्रणांनी आणखी एक पाऊल उचलले आहे आणि त्यानुसार अमेरिकेतील प्रत्येक सेलफोनवरून चालणाऱ्या संभाषणाचीही दखल घेणे त्यांना शक्य झाले आहे!

अशा प्रकारच्या खास अमेरिकन दक्षतेचे हे आणखी एक उदाहरण म्हणता येईल – देशाच्या सुरक्षेच्या कारणास्तव स्मार्टफोनवर नजर ठेवण्यासाठी अमेरिकेची राष्ट्रीय सुरक्षा संस्था (एनएसए) गुगल आणि सॅमसंगच्या ॲप स्टोअरवरील डेटा लिंक्स हॅक करण्याची योजना करत असल्याची धक्कादायक माहिती दरम्यान उघड झाली आहे.

ऑनलाईन वृत्त देणाऱ्या 'द इंटरसेप्ट'ने याबाबत सांगितले आहे. त्यानुसार अमेरिकेने ब्रिटन, कॅनडा, न्यूझीलंड आणि ऑस्ट्रेलिया यांच्या सहकार्याने अशा प्रकारची योजना तयार केली आहे. एनएसएच्या एका माजी कंत्राटदारानेच जाहीर केलेल्या एका कागदपत्रातील माहितीवरून तयार करण्यात आलेल्या

अहवालातून ही माहिती समोर आली आहे. गुप्तचर सेवांच्या २०११ आणि २०१२ साली झालेल्या बैठकांमध्ये याबाबत चर्चा करण्यात आल्याचेही या अहवालात आढळले आहे. ऍपशी जोडणारे डेटा कनेक्शन हायजॅक करून अनधिकृतपणे युजर्सच्या स्मार्टफोनवर सॉफ्टवेअर इन्स्टॉल करून त्याद्वारे युजरची माहिती मिळविण्याचा प्रयत्न करण्यात येणार होता. तसेच संभाव्य शत्रूला लक्ष्य करण्यासाठी स्पायवेअरचाही वापर करण्यात येणार होता, असेही अहवालात म्हटले आहे. या वृत्तानंतर गुगल आणि सॅमसंगने मात्र कोणत्याही प्रतिक्रिया व्यक्त करण्यास नकार दिला आहे.

लक्षावधी ठिकाणी विखुरलेल्या इतक्या सगळ्या हँडसेट्सच्या वापरावर गुप्तपणे नजर ठेवणारी कार्यक्षम यंत्रणा विकसित करण्यासाठी अमेरिकेने हेरगिरी करणाऱ्या खास छोट्या विमानांचा वापर केला आहे. सेलफोनना परस्परांच्या संपर्कात ठेवण्यासाठी मोबाइल टॉवर्सचा उपयोग केला जातो हे आपणांस माहीतच आहे. (उदा. टॉवर ची संख्या कमी असलेल्या भागात 'रेंज' मिळणे अवघड जाते.) ह्या टॉवरमध्ये वापरल्या जाणाऱ्या सॉफ्टवेअरची आणि त्याच्या संवाद–पद्धतीची हुबेहूब नक्कल करणारी प्रणाली ह्या विमानांत बसवलेली असते. ह्यामुळे सेलफोन्सच्या संपर्कात राहणारे एक समांतर नेटवर्क तयार होते.ह्या प्रणालीला डर्टबॉक्स (Dirtbox) असे नाव आहे. त्यामधील 'डर्ट' उर्फ DiRT हे लघुरूप असून त्याचे पूर्ण नाव 'डिजिटल रिसीव्हर टेक्नॉलॉजी' असे आहे. डर्टबॉक्सच्या संपर्कात आलेले सेलफोन वापरकर्त्याचे स्थान, सेलफोनचा स्वतःचा अद्वितीय नोंदणी क्रमांक (IMEI नंबर) आणि इतर माहिती तिला आपोआपच कळवतात. ही

यंत्रणा बोइंग ह्या विमान–उत्पादक कंपनीने मूलतः स्वतःच्या वापरासाठी तयार केली असून ती २००७ सालापासूनच मर्यादित प्रमाणात उपयोगात आणली जात होती. २०१० नंतर तिचे 'कार्यक्षेत्र' वाढले! २ x २ फूट आकाराचा हा चौरस अँटेना (आपल्या घरावरील डिश अँटेनाप्रमाणेच) एखाद्या 'सेल्युलर बेस स्टेशन' प्रमाणेच हुबेहूब सिग्नल्स पाठवून त्या क्षेत्रातील सर्व सेलफोन्सना स्वतःबाबतची माहिती पाठवण्यासाठी प्रवृत्त करतो, फोन वापरात नसताना देखील हे काम होऊ शकते! हे अँटेना 'लॉकहीड सेसना'सारख्या छोट्या विमानातही बसवून वापरता येतात. सध्या अमेरिकेतील पाच महत्त्वाच्या महानगरीय विमानतळांवरून ह्या विमानांची उड्डाणे होत असून डेटा गोळा केला जात आहे. ह्याद्वारे अमेरिकेची बहुतेक लोकसंख्या 'कव्हर' करता येते आहे!

अशा प्रकारच्या इतरही यंत्रणा अमेरिका आणि इतर देशांत वापरल्या जात आहेतच म्हणा – स्टिंगरे (Stingray) ही त्यांपैकी एक. IMSI उर्फ 'इंटरनॅशनल मोबाइल सबस्क्रायबर आयडेंटिटी'

शोधण्यासाठी स्टिंगरेचा वापर अमेरिकेत सर्वाधिक प्रमाणात केला जातो. गेली १० वर्षे अमेरिकेतल्या तब्बल ५० विविध सुरक्षायंत्रणा (लष्करापासून न्याय आणि गुप्तहेर खात्यांपर्यंत) १८ राज्यांत स्टिंगरेचा मुबलक उपयोग करीत आहेत! स्टिंगरेचा वापर फक्त हँडसेटचा IMSI शोधण्यापुरता मर्यादित नाही –हिच्या सहाय्याने हँडसेटचे सध्याचे भौगोलिक स्थान निश्चित करता येते, त्यावरील कॉल्स आणि इंटरनेटचा ट्रॅफिक पाहता येतो, फार काय (त्या फोनकडे किंवा त्या फोनवरून) चक्क बनावट एसएम्एस देखील दूरनियंत्रणाने पाठवता येतात आणि एखादे 'स्पाय–ॲप' त्यावर परस्पर डाउनलोडही करता येते!

हेरगिरी, ओळख–पडताळणी, एखाद्या बाबीचा मागोवा घेणे अशा क्षेत्रातील अमेरिकेची दूरदृष्टी आणि व्यापकता थक्क करणारी आहे. '९/११' नंतर अमेरिकेने एवढे केले. '२६/११' नंतर आपण अद्यापही तिच्या शतांशानेही जागे झालेलो नाही असेच म्हणावे लागेल!

■■■■

६

सायबर घातपात आणि हल्ले

'सायबर' हा शब्द वर्ल्डवाइड वेब आणि इंटरनेटच्या महाजालाच्या संदर्भात वापरला जातो हे आता बहुतेकांना माहीत आहे. सायबर-सुविधा, सायबर-गुन्हे, सायबर-वॉर ह्यांसारखे शब्दप्रयोगही बऱ्यापैकी रुळले आहेत. परंतु सर्वसामान्य नागरिकांचा थेट सायबर-वॉरशी काय संबंध? अशी शंका काहींना येऊ शकेल आणि त्यात काही चुकीचे नाही.

सायबर घातपात आणि हल्ले कोठे झाले आहेत?

- इराणच्या आण्विक क्षमतेबद्दल आणि सिद्धतेबाबत नेहमीच चर्चा चालू असते. प्रगत पाश्चिमात्य देशांकडून इराणवर त्यासंदर्भात अनेकविध निर्बंध लादले जात असतात, तेथील आस्थापनांच्या तपासण्या केल्या जात असतात...सप्टेंबर २०१० मध्ये इराणच्या संगणकीय यंत्रणेमध्ये घुसवलेले

स्टक्सनेट (Stuxnet) हे मालवेअर उर्फ वर्म उघडकीला आले. इराणमधील नतान्झ येथील आण्विक इंधन पुरवणाऱ्या भट्टीची संगणकीय प्रणाली हे ह्या वर्मचे लक्ष्य होते असे मानण्यास भरपूर जागा आहे. आतापर्यंत सापडलेल्या मालवेअरपैकी स्टक्सनेट हे सर्वाधिक शक्तिशाली आणि उपद्रवी वर्म आहे.

इराण

- जुलै २००९ मध्ये दक्षिण कोरिया आणि अमेरिकेतील अनेक सरकारी–निमसरकारी प्रसारमाध्यमे आणि वित्तीय साइट्स तसेच पोर्टल्सचे काम बंद पडले. हा 'डिनायल ऑफ सर्व्हिस' प्रकारचा हल्ला होता. ह्या हल्ल्यांची साखळी त्या जुलै महिन्यात नागरिकांनी बरेचदा अनुभवली. बहुतेकांनी प्रथमतः दक्षिण कोरियातील हॅकर्सवर संशय व्यक्त केला परंतु खुद्द त्या देशातही असे हल्ले झाल्याचे आढळल्यावर गोंधळ वाढला. अखेरीस ह्या हल्ल्यांचे मूळ यूकेमध्ये सापडले, ते कोणी आणि कशासाठी केले हे मात्र गुलदस्त्यातच राहिले!

- सप्टेंबर २००७, इस्त्रायलने सीरियावर हवाई हल्ला केला. अमेरिकेतील काही लष्करी आणि औद्योगिक स्त्रोतांच्या मते, इस्त्रायली विमानांकडून आपल्या हवाई हद्दीचा भंग होत आहे हे सीरियाला कळू नये ह्यासाठी, सीरियन रडार आणि त्यासंबंधित संगणक प्रणालींमध्ये इस्त्रायली तज्ञांनी खास व्यवस्था तात्पुरती घडवून आणली होती.

- एप्रिल २००७ मध्ये इस्टोनिया ह्या बाल्टिक समुद्राजवळील छोट्या युरोपीय देशावर, काही अंतर्गत राजकीय कारणांमुळे, रशियातून सायबर हल्ला झाला (ह्यांतील बहुसंख्य हल्ले अधिकृत रशियन सर्व्हर्सवरून झाले नव्हते हे विशेष). विविध सरकारी खाती, बँका आणि प्रसारमाध्यमे ह्यांना मुख्यतः लक्ष्य करण्यात आले. ह्या हल्ल्यामुळे इस्टोनियामधील संपूर्ण जनजीवन आणि शासकीय तसेच औद्योगिक व्यवहार कोलमडले कारण तेथे जवळजवळ १०० टक्के इ–शासन आहे आणि इतरही बहुतेक सर्वच व्यवहार ऑनलाइन होत असतात. त्यासंबंधीच्या सेवा ठप्प होऊन इस्टोनियाचे फार मोठे आर्थिक नुकसान घडवण्यात हे सायबर हल्लेखोर यशस्वी झाले.

सध्याच्या संगणकीय प्रणाली इतक्या गुंतागुंतीच्या असतात की त्यांच्या अगदी अंतर्भागात, 'कोअर' मध्ये कोठेतरी, दडून बसलेला विषाणू ओळखून काढणे जवळजवळ अशक्य असते – त्याने स्वतः काही हालचाल करून म्हणजेच काहीतरी 'प्रताप' दाखवून आपल्या अस्तित्वाची जाणीव बाहेरच्या जगाला करून

देईपर्यंत! त्यानंतर प्रतिबंधात्मक उपाय करेपर्यंत संबंधितांचे बरेच नुकसान झालेले असते. हॅकिंगमुळे आत्तापर्यंत सुमारे ३० देशांतील लाखो संगणकीय यंत्रणा बाधित झाल्या आहेत. चिनी, रशियन किंवा कोरियन हल्लेखोरांनी अमेरिकन संगणकीय यंत्रणांमध्ये घुसखोरी केल्याच्या बातम्या येत असतात. संबंधित देश अर्थातच त्यांचा इन्कार करतात. आता 'रशिया टुडे' ह्या वृत्तवाहिनीला दिलेल्या एका मुलाखतीत 'विकिलीक्स' चा प्रवक्ता क्रिस्तिन राफर्स्नन् काय सांगतो पहा –

''सायबर–युद्धात खरे गुन्हेगार कोण हे ठरवणे अवघड झाले आहे. सर्वसामान्यतः अशी समजूत पसरवली जात असते की चीन आणि उत्तर कोरिया अशा प्रकारचे सायबर युद्ध छेडत असतात. परंतु खऱ्या अर्थाने महासत्ता असलेली अमेरिका ह्या उद्योगात वास्तविक इतर देशांपेक्षा फार पुढे आहे असे मला वाटते.

अमेरिकेकडे पैसा आहे आणि तंत्रज्ञान देखील. ह्या दोन बाबींच्या सहाय्याने अमेरिका जगभर उलथापालथ घडवू शकते.''

रशियातील सायबर- आणि संगणकीय- सुरक्षाप्रणाली बनवणाऱ्या कास्पस्कीं (Kaspersky) लॅब्ज ह्या कंपनीचे नाव बऱ्याच वाचकांना माहीत असेल. कास्पस्कींचे 'ऍंटि-व्हायरस आपल्यापैकी काहींच्या संगणकात स्थापित असेलही! कास्पस्कींच्या मॉस्कोतील मुख्यालयाने प्रसिद्ध केलेल्या एका सर्वेक्षणानुसार, कोणताही गाजावाजा न करता आणि स्वतःचा थांगपत्ता लागू न देता, माहिती गोळा करणारी सॉफ्टवेअर्स रशिया, चीन आणि इराणमधील हजारो संगणकांमध्ये अमेरिकेद्वारे सोडण्यात आली आहेत! हे संगणक उच्च अधिकारी, शास्त्रज्ञ, उद्योजक, पत्रकार अशांसारख्यांच्या वापरातील आहेत. ह्या सॉफ्टवेअरमधील व्हायरस उर्फ संगणकीय विषाणू लक्ष्य केलेल्या संगणकातील हार्ड डिस्कमधील मूलाधारी यंत्रणेवरच स्वार होऊन आपले काम चालू ठेवतो - इतक्या कार्यक्षमतेने की सिस्टिम रीबूट झाल्याने किंवा ओएस नव्यानेच लोड होत असली तरी त्याला काडीमात्र फरक पडत नाही! अनेक औद्योगिक प्रणालींमध्ये हा विषाणू २००७ पासून राहात असल्याचे कास्पस्कींचे म्हणणे आहे.

''अर्थात एडवर्ड स्नोडेनकडून विविध प्रकारची धक्कादायक माहिती एरवीही मिळत असल्याने ह्या प्रकाराचे मला फारसे आश्चर्य वाटले नाही परंतु ह्या विषाणू-यंत्रणेची कार्यक्षमता आणि अचूकता पाहून थक्क झालो! हा व्हायरस संगणकाच्या अगदी मूलभूत सिस्टिम मध्येच घुसवलेला असल्याने तो चटकन लक्षात येणे अशक्यच आहे आणि नेमक्या ह्याच बाबीची सर्वांना चिंता आहे.'' असेही, २०१० पासून ज्युलिअन असांजेच्या विकिलीक्स

मोहिमेशी संबंधित असलेल्या, राफर्स्नन् ने पुढे सांगितले आहे. राफर्स्नन् आइसलँडिक वंशाचा वार्ताहर आहे.

हा उद्योग कोण करीत असेल? अशी शंका साहजिकच कोणाच्याही मनात येईल. मला वाटते नॅशनल सिक्युरिटी एजन्सी उर्फ 'एनएसए' खेरीज दुसऱ्या कोणाचे हे काम असू शकत नाही. इतका पैसा आणि कार्यक्षमता अन्य कोणत्याही अमेरिकन एजन्सीकडे बहुधा नसावी.असे राफर्स्नन् म्हणतो.अर्थात ह्या वृत्ताला एनएसए ने दुजोरा दिलेला नाही. परंतु हा प्रकार प्रामुख्याने अमेरिकेशी विशेष प्रेमाचे संबंध नसलेल्या देशांतील संगणक-यंत्रणांमध्ये आढळून आला आहे. आणि एकंदर अमेरिकी गुप्तहेर संघटनांच्या कार्यपद्धतीशी ही देखील जुळत असल्याने (विशेषतः स्टक्सनेट च्या संदर्भात) अमेरिकेकडेच बोट दाखवले जात आहे. तसेच एनएसए च्या दोन भूतपूर्व संबंधितांनीही आपण ही कार्यपद्धती ओळखत असल्याबाबत रूटर्स (Reuters) ह्या आंतरराष्ट्रीय वृत्तसंस्थेकडे पुष्टी दिली आहे. ह्यामागे यूएसए नसलीच तर तिचा मित्रदेश म्हणजे यूके असू शकतो आणि इतरांच्या खांद्यावर धनुष्य ठेवून बाण मारण्याचा अमेरिकेचा डाव असू शकतो असेही काहींना वाटते. यूकेची 'एमआय ६' देखील तांत्रिकदृष्ट्या खूपच प्रगत आहे (जेम्स बाँडचे नव्यापैकी चित्रपट

अमेरिकेच्या NS (एनएसए - नॅशनल सिक्युरिटी एजन्सी) चे मुख्यालय

आठवा). सध्या मात्र ही जबाबदारी मुख्यतः GCHQ उर्फ गव्हर्न्मेंट कम्युनिकेशन हेडक्वार्टर्स कडे असते.

लष्करी आणि गुप्तहेर खात्यांकडून सतत नवीन तंत्रज्ञानाचा पाठपुरावा केला जात असतो. शत्रूच्या एक पाऊल पुढे राहण्याचा हा प्रयत्न असतो. ह्याचमुळे, त्यांनी बाजूला ठेवलेले तंत्रज्ञान कालांतराने इतर संस्था वा व्यक्तींपर्यंत पोहोचते (किंवा काही वेळा ते अधिकृतपणे औद्योगिक वापरासाठी खुले केलेही जाते)...मग त्यावर काही व्यक्ती अधिक संशोधन करतात, प्रबंध वा पुस्तके लिहितात व अशा प्रकारे माहितीचा प्रसार होत जातो. ह्यामध्ये मूळ यंत्रणांचे काहीच नुकसान नसल्याने त्या ह्या प्रसाराकडे फारसे लक्ष देत नाहीत. हॅकिंगचे नवनवे मार्ग ह्यातूनच उदयाला येतात. आज सर्वोच्च लष्करी खात्याच्या हाती असलेले तंत्र अशा प्रकारे खाली झिरपायला फक्त ३ ते ५ वर्षे लागतात असे नामवंत कूटनीति- आणि सायबर सुरक्षातज्ञ ब्रूस श्नेलर ह्यांचे म्हणणे आहे. शिवाय एखाद्या यंत्रणेवर हल्ला करणे ही बाब तिचे संरक्षण करण्यापेक्षा निश्चितच अधिक सोपी असल्याने आणि हा मार्ग वापरणारे घुसखोर थेट दिसत नसल्याने सायबर घातपातांचे

प्रमाण वाढते आहे असेही श्रेलर ह्यांना वाटते.

स्टक्सनेट च्या अभूतपूर्व 'यशा' ने 'प्रेरित' झालेल्यांनी स्टक्सनेटची अनेक अपत्ये तयार करण्यास सुरूवात केल्याचा

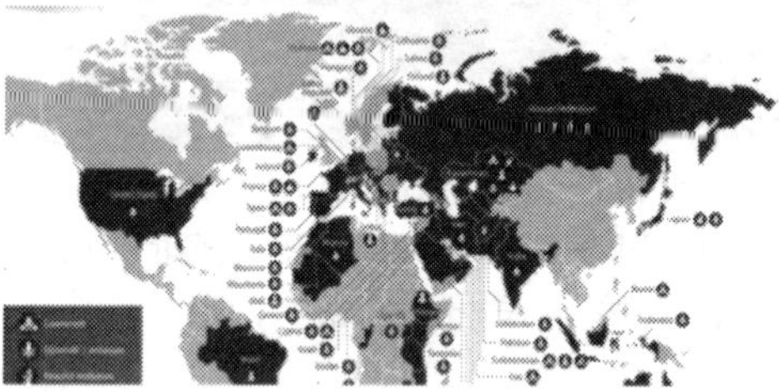

गंभीर इशारा सायबर-सुरक्षेसंबंधीची सॉफ्टवेअर्स बनवणाऱ्या कास्पर्स्की ह्या आघाडीच्या कंपनीने दिला आहे - उदा. 'रेड ऑक्टोबर' ने बाधित झालेल्या देशांचा हा नकाशा पहा. मुख्य म्हणजे हे हॅकर्स इतके दिवस बँका किंवा सरकारी यंत्रणांमध्ये घुसण्यापुरते मर्यादित होते. आता मात्र त्यांपैकी बहुतेकांनी वीजनिर्मिती केंद्रे, रेल्वे, अवकाश-संशोधन विभाग, मोठे उद्योग अशा क्षेत्रांकडेही मोर्चा वळवणे सुरू केल्याने सायबर-घातपात कोणत्याही क्षणी सामान्य माणसांच्या जीवनात प्रवेश करू शकतो.

एखाद्या देशाच्या सरकारने हेरगिरी करूच नये असे कोणीच म्हणणार नाही कारण अशाने बहुधा त्या देशाचे अस्तित्वच धोक्यात येईल! (अहिंसा किंवा आंतरराष्ट्रीय सामंजस्यासारखी तत्त्वे अत्यंत उदात्त आणि अनुकरणीय असली तरीदेखील त्यांचा अंध-वापर केल्याने नुकसान होऊ शकते हे आपण पाहिलेच

आहे.) पृथ्वीभोवती आज शेकडो नव्हे हजारो उपग्रह फिरत आहेत. त्यांपैकी बहुतेकांवर हवामानाचा अंदाज देणे आणि या ना त्या बहाण्याने (किंवा उघडपणेही) सर्वत्र नजर ठेवणे एवढेच काम सोपवलेले आहे असे म्हणायला हरकत नाही. ह्या तंत्रज्ञानाच्या सहाय्याने सर्वसामान्य नागरिकाच्या अक्षरशः प्रत्येक हालचालीचा मागोवा घेणे शक्य असते! ह्यावर विश्वास बसणे अवघड असले तरी ते संपूर्ण सत्य आहे!! हॉलिवूडचे अनेक चित्रपट ह्यांवर बेतलेले आहेत. तरीदेखील सर्वसामान्य नागरिकाच्या आयुष्यात गुप्तहेर यंत्रणा अल्पावधीत किती खोलवर प्रवेश करू शकते ह्याचे प्रातिनिधिक उदाहरण म्हणून 'एनिमी ऑफ द स्टेट' ह्या चित्रपटाचा उल्लेख करावाच लागेल. पेन, बूट, पैशाचे पाकिट ह्यांसारख्या दैनंदिन वापरातील वस्तूंमध्ये सूक्ष्म प्रक्षेपक (मायक्रो ट्रान्समिटर्स) आणि राहत्या घरात कॅमेरे बसवून विशिष्ट व्यक्तीच्या संपूर्ण व्यवहारांवर गुप्तहेर यंत्रणा लक्ष ठेवू शकते. बहुतेकांना 'सीआयए' आणि 'एफबीआय' ही नावे माहीत असतात परंतु 'एनएसए' सारख्या इतरही यंत्रणा अमेरिकेत कार्यरत आहेत (प्रत्येकच देशात असतात, अमेरिकेचे जागतिक स्थान आणि अशा हेरगिरीच्या तिला भासणाऱ्या गरजेचे मोठे प्रमाण लक्षात घेता असा उल्लेख वारंवार येणे अपरिहार्य आहे). तब्बल २५ वर्षांपूर्वीच्या आकडेवारीनुसार देखील अशा यंत्रणाकडील महासंगणक विविध ठिकाणी प्रत्येकी शेकडो एकर क्षेत्रावर पसरलेले होते!! आज सूक्ष्मतंत्रज्ञान (नॅनोटेक्नॉलॉजी) आणि इंटरनेटसारख्या बिनतारी संदेशवहनाचा वाढता वेग ह्यामुळे अनेक उपकरणांचे आकार घटले आहेत व कार्यक्षमता वाढली आहे. अशा परिस्थितीत आज सायबर–हल्ल्यांचे हे क्षेत्र किती आणि कसे विस्तारले असेल ह्याची कल्पनाही करता येत नाही.

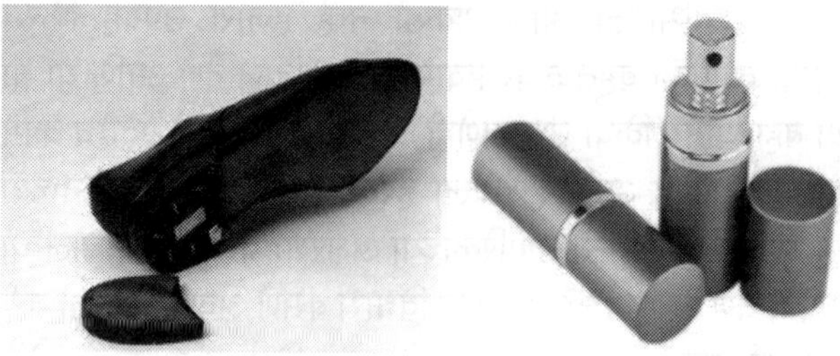

बुटाच्या टाचेतील जीपीएस प्रक्षेपक...आणि लिपस्टिकमधील कॅमेरा

जर्मनीतील 'सिक्युरिटी रिसर्च लॅब' चे मुख्य संशोधक कार्स्टन नोल ह्यांच्या म्हणण्यानुसार संगणकीय प्रणाली आणि माहितीच्या महाजालावर अशा प्रकारे हल्ला होतो आहे हे अनेक वर्षे कोणाच्या ध्यानातच आले नव्हते!! परंतु कास्पर्स्की मधील विशेषज्ञांनी ह्या अत्यंत गुंतागुंतीच्या हॅकिंग प्रणालीचे सर्वप्रथम अचूक विश्लेषण करून हल्ल्याच्या पद्धती इतर शास्त्रज्ञांसमोर ठेवल्या. हल्ल्याची व्याप्ती पाहूनच अनेकांना धक्का बसला. एखाद्या खोडकर मुलाने उधळून दिलेल्या चित्रकोड्याचे तुकडे जुळवण्यासारखेच हे काम असते. सुरूवात कोठून करावी हे कळत नाही, जुळवण्याचे पहिले काही प्रयत्न असफल होणार हे देखील मनोमन माहीत असते – तरीही प्रयत्न सोडण्यातही अर्थ नसतो.

वर सांगितलेल्या 'ब्लँकेट' म्हणजे सर्वव्यापी तंत्रापेक्षा ही पद्धत वेगळी असते. त्यामुळे विशिष्ट हेतूने केलेल्या अशा हेरगिरीचे वैशिष्ट्य म्हणजे त्या विवक्षित बाबीशी संबंधित असलेल्या वर्तुळाबाहेरील व्यक्ती वा संस्थांना त्यापासून त्रास होत नाही.

याउलट 'ब्लँकेट स्पाइंग' मध्ये कोणताही चान्स घेतला जात नाही. ब्लँकेट स्पाइंग हे अमेरिकेचे आवडते तंत्र आहे!

७

संगणकीकृत शस्त्रे!

बदलत्या काळानुसार तंत्रेही बदलली असल्याने 'शस्त्र हे शस्त्रासारखेच दिसले पाहिजे' असा पारंपारिक आग्रह धरण्याचे दिवसही संपले आहेत! सध्या अत्यंत अचूक व कार्यक्षम इलेक्ट्रॉनिक उपकरणांचा आणि त्याहीपेक्षा सूक्ष्मतंत्रज्ञानाचा जमाना आहे. ह्या दोन्हीच्या संगमातून – फक्त पन्नास वर्षांपूर्वी – स्वप्नातही येऊ न शकणाऱ्या व परीकथेतच शोभतील अशा वस्तू प्रत्यक्ष वापरात आलेल्या आपण पाहतो. हे झाले आपल्या दैनंदिन जीवनाबाबत – युद्धतंत्र तर ह्यापेक्षा कायमच चार पावले पुढे असते! किंबहुना, इतरत्र म्हटल्याप्रमाणे, युद्धनीतीच्या दृष्टीने कालबाह्य झालेली तंत्रेच पुढील दोनचार वर्षांत झिरपून सामान्यांच्या वापरात येतात. ड्रोन (Drone – चालकरहित दूरनियंत्रित विमान) हे ह्याचे आदर्श उदाहरण आहे. गेल्या दशकापासूनच धोक्याचा ठिकाणी रॉकेट्सचा मारा करण्यासाठी वापरली जाणारी ड्रोन्स आता चक्क घरोघरी पिझ्झा आणि पुस्तके पोहोचवताना दिसतात!!

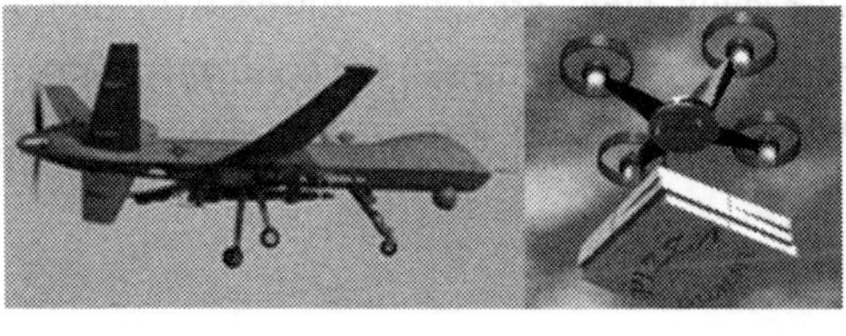

असो. नवतंत्रज्ञानाचा आविष्कार दाखवणारी युद्धे सध्या इराण–इराक, सीरिया–जॉर्डन इ. क्षेत्रांत चालू आहेत. सातत्याने युद्धग्रस्त असलेला प्रदेश म्हणजे इस्त्राइल–पॅलेस्टाइन असे म्हणायला हरकत नाही. इस्त्रायलची शेतीपासून पर्यटनापर्यंतच्या अनेक क्षेत्रांतली तांत्रिक झेप आपल्याला माहीतच आहे. त्यामुळे इस्त्रायलचे लष्कर आणि गुप्तचर संघटना (मोसाद) ह्याला अपवाद असू शकतच नाही. काही वर्षांपूर्वी इस्त्रायलने संगणकीय दूरनियंत्रित साप (रोबो–रेप्टाइल) तयार करून शत्रुप्रदेशात सोडले होते. असा साप अगदी खऱ्या सापांसारखाच दिसतो. त्याचे डोके म्हणजे कॅमेरा असतो. तो लष्करी किंवा इतर महत्त्वाच्या स्थानांभोवती फिरून, तेथील फोटो लगेच प्रक्षेपित करतो आणि गवतातून वा कुंपणाच्या कडेकडेने सरपटत परत येतो! आता इस्त्रायलने इलेक्ट्रॉनिक दूरनियंत्रित संगणकीकृत फुलपाखरे तयार केली आहेत. पॅलेस्टाइनमधील हमास चळवळीच्या कार्यकर्त्यांनी गाझा किनारपट्टीवर भिरभिरणारी अशी फुलपाखरे पकडल्याचा दावा केला आहे. कबुतरांच्या अंगावर छोटा कॅमेरा बसवून अद्यापही हेरगिरी केली जातेच. परंतु त्यापेक्षा हे फुलपाखरू अधिक प्रभावी आहे कारण ते आकाराने छोट्या पक्ष्यापेक्षाही लहान असल्याने चक्क खोलीच्या खिडकीतून आत जाऊन टेहळणी करून दोनचार सेकंदांत बाहेरही येऊ शकते. ह्यामध्ये 'जीपीएस' वगैरे इतर यंत्रणा बसवलेली असतेच शिवाय ह्यामध्ये चेहरा ओळखणारे (फेस रेकग्निशन) सॉफ्टवेअरही असावे असा अंदाज आहे कारण हमासने पकडलेल्या फुलपाखरात बेपत्ता तसेच युद्धकैदी (POW) इस्त्रायली सैनिकांची छायाचित्रे आढळली!!

इस्रायली संगणकीकृत दूरनियंत्रित टेहळणी फुलपाखरू

ह्या पुस्तकात आपण सायबर–अतिरेक्यांबद्दल तसेच खऱ्याखुऱ्या दहशतवाद्यांनी संगणकीय यंत्रणेच्या केलेल्या गैरवापराबद्दल वाचले. गेल्या दहा वर्षांत असे हे सायबर–युद्ध, विविध रूपांत, तुमच्यामाझ्या दारापर्यंत येऊन पोहोचले असले तरी खरी शस्त्रे वापरून प्रत्यक्ष लढाया आणि चकमकी जगभर चालू आहेतच, त्यांच्यात खंड तर नाहीच उलट इलेक्ट्रॉनिक, संगणकीय व उपग्रहीय यंत्रणा वापरून (आतापर्यंत साधारणतः यांत्रिक पद्धतीने चालणाऱ्या) पारंपारिक शस्त्रांना अत्यंत अचूक आणि कार्यक्षम बनवले जात आहे! ह्यांमध्ये विमानवाहू नौकांपासून रणगाड्यांपर्यंत सर्वच उपकरणांचा समावेश होत असला तरी ह्या प्रकरणात आपण फक्त वैयक्तिकरीत्या, हाताने चालवण्याच्या, अशा काही शस्त्रांकडे (हँड–हेल्ड वेपन्स) नजर टाकू. तसे पाहिले तर सायबर–युद्ध घडवण्यामागेही 'वैयक्तिक कर्तृत्वा' चाच वाटा मोठा आहे, नाही का?

युद्धसज्जतेवर भरपूर खर्च करणाऱ्या जगातील निवडक देशांमध्ये पहिल्या क्रमांकावर आहे अर्थातच अमेरिका. अमेरिकेचे २०१२ चे

फक्त लष्करी विभागांसाठीचे अंदाजपत्रक तब्बल ७०७ दशअब्ज डॉलर्स होते – ही रक्कम काही श्रीमंत देशांच्याही वार्षिक सकल उत्पन्नापेक्षा (जीडीपी) अधिक आहे! हा पैसा खर्च होतो कोठे? तर ह्याचा बराचसा भाग अमेरिकेने जगभर तैनात केलेल्या सैनिकांवर खर्च होतो आणि अगदी कमी हिस्सा (तोदेखील १०० दशअब्ज डॉलर्सचा आहे!) नवीन शस्त्रे विकसित करण्यासाठी वापरला जातो. जाताजाता – लष्करावर मोठा खर्च करणाऱ्या निवडक देशांमध्ये – जर्मनी, रशिया, यूके, फ्रान्स, चीन इ. सोबत – आपणही आहोत बरे का!!

आमटिक्स डिजिटल रिव्हॉल्व्हर

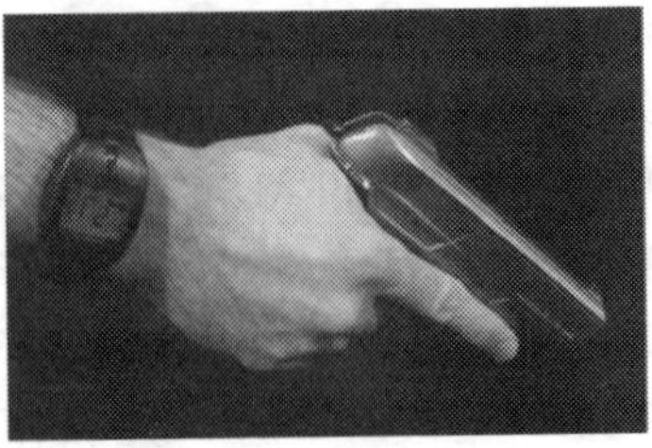

बहुतेकांनी जेम्स बाँडचा 'स्कायफॉल' हा चित्रपट पाहिला असेल. त्यामध्ये 'क्यू' ने त्याला दिलेले रिव्हॉल्व्हर अशा प्रकारचे आहे. शत्रुपक्षाने ते बाँडवरच रोखले तरी त्यातून गोळी सुटत नाही कारण खुद्द बाँडच्या फिंगरप्रिंट्स उर्फ हस्तरेषा पडताळल्याखेरीज ते चालूच होत नाही! हे रिव्हॉल्व्हर त्याहीपुढे जाते. ह्याला 'फिंगरप्रिंट ऑथरायझेशन' आहेच शिवाय हे हाताळणारी अधिकृत व्यक्ती आपल्या मनगटी घड्याळामार्फत देखील ह्याचे नियंत्रण करू

शकते!! ह्यासाठी घड्याळाबरोबरच रिव्हॉल्व्हरमध्येही अत्यंत गुंतागुंतीची संगणकीय विश्लेषक यंत्रणा बसवण्यात आली आहे. घड्याळाकडून मिळालेल्या संदेशांनुसार हे हत्यार लॉक (लाल दिवा) किंवा अनलॉक (हिरवा दिवा) होते.

एम३२ मल्टिपल ग्रेनेड लाँचर

सेमी–ऑटोमॅटिक प्रकारचा हा लाँचर ४० मिमि व्यासाचे ६ ग्रेनेड (बाँब) ६ सेकंदांत सोडू शकतो (मिनिटाला १८). एवढेच नाही तर ह्यामधून पॅराशूट जोडलेले HUNTIR प्रकारचे ग्रेनेडही हवेत सोडता येतात. हा ग्रेनेड शत्रुप्रदेशात ३०० मीटर उंचीवर (आणि बराच लांबपर्यंत) जातो. तेथे त्यामधील पॅराशूट उघडते आणि – जमिनीवर पडून त्याचा स्फोट होईस्तोवर – त्यामधील व्हीडिओ कॅमेरा शत्रुप्रदेशाचे चित्रण करून लाँचरवरील स्क्रीनकडे तसेच मागील फळीतील संगणकीकृत नियंत्रण कक्षाला थेट (रिअल टाइम) पाठवतो. ह्यामुळे सैनिकांनी कोठे मारा करावा हे अचूकतेने ठरवता येते. थांबा, अजून(ही) संपले नाही – कॅमेऱ्याकडून मिळालेल्या ह्या माहितीचे विश्लेषण झाले की लगेचच ह्या लाँचरमधून हेलहाउंड (HellHOUND) प्रकारचा ग्रेनेड झाडला

जातो. ह्याच्या जबरदस्त स्फोटानंतर त्या जागी काहीही शिल्लक राहात नाही व 'सीक एँड डिस्ट्रॉय' (शोधा आणि नष्ट करा) ह्या लष्करी शब्दप्रयोगाचे पुरेपूर प्रत्यंतर दिले जाते! ह्यांचा वापर अमेरिकेने इराकमध्ये केल्याचे सांगतात.

एक्सएम२५ स्मार्ट ग्रेनेड लाँचर

ह्या ग्रेनेड लाँचरचे एक वेगळेच वैशिष्ट्य आहे. ह्यातून २५ मिमी ची ४ शेल्स तब्बल अर्धा मैल अंतरापर्यंत झाडता येतात एवढेच नाही तर त्यांचा स्फोट केव्हा होईल हे आधीच ठरवता येते! म्हणजे असे की उदाहरणार्थ पहिल्या ग्रेनेडने खोलीची भिंत पाडली की त्यानंतरच्या शेल्सना तीमध्ये सहज प्रवेश मिळतो – आणि त्यांचा स्फोट नंतर काही सेकंदानी घडवता येतो ज्यायोगे संपूर्ण नुकसान साधता येते. 'इंडिपेंडन्स डे' ह्या चित्रपटातील शेवटची काही मिनिटे ज्यांना आठवत असतील त्यांना उशीराने घडवलेल्या स्फोटाचे महत्त्व बरोब्बर कळेल!! ह्याशिवाय ह्या लाँचरमध्ये विविध एमिंग साइट्स, लेझर्स आणि सेन्सर्स समाविष्ट आहेत. अमेरिकेने अफगाणिस्तानमध्ये एक्सएम२५ चा वापर केला आहे.

मॅगपुल एफएमजी ९

एफएमजी म्हणजे फोल्डिंग मशिन गन. हिची संपूर्ण घडी घातली की ती हुबेहूब लॅपटॉपच्या बॅटरीसारखी दिसते! अमेरिकन गुप्तहेर

खात्यांसाठी खास बनवलेली ही मशिनगन ९ मिमीच्या ३० गोळ्यांची क्लिप अल्पावधीतच झाडू शकते. इतकी छोटी असूनही हिच्यावर ऑटो-सिअर (ट्रिगरवरचा दाब योग्य असल्याची खात्री करणारे उपकरण) आणि टॅक्टिकल लाइट बसवता येतो. ही एफएमजी कोटाच्या किंवा पँटच्या खिशात मावते!

मेटॅडोर रॉकेट लाँचर

युद्ध आता कुरुक्षेत्रापुरते मर्यादित न राहता अक्षरशः आपल्या घरापर्यंत येऊ शकते हे आपण पाहतोच आहोत! दाट लोकवस्तीच्या शहरी भागांत तसेच खेड्यांतील अरुंद गल्लीबोळात गोळीबार होत असल्याच्या अनेक घटना टीव्हीवरील बातम्यांत रोज दाखवल्या जातात. युद्धाचे हे बदलते स्वरूप शस्त्रांच्या

निर्मात्यांनीही लक्षात घेतले आहे! मेटॅडोर रॉकेट लाँचर हे ह्याचे एक नवीनतम उदाहरण म्हणता येईल. 'भिंती पाडणे' हा एकच मूळ हेतू साधण्यासाठी ह्याची रचना केली गेली आहे!! आटोपशीर आकाराचे असल्याने हा लाँचर अडचणीच्या जागेतही सफाईने हाताळता आणि फिरवता येतो. शिवाय ह्यामधून रॉकेट सोडल्यानंतर वापरणाऱ्याला फारसा प्रतिघात (रीकॉइल) उर्फ दणका बसत नाही. वरील एमएक्स २५ प्रमाणेच ह्यामधून सोडलेल्या रॉकेटच्या स्फोटाची वेळ ठरवता येते आणि दुसऱ्या वा तिसऱ्या रॉकेटचा स्फोट विलंबाने घडवून आणता येतो.

■■■■

८

सायबर हल्ल्याच्या विविध पद्धती

सायबरयुद्ध अनेक प्रकारे छेडले जाऊ शकते. अमेरिकेच्या हेरगिरीविषयक एका राष्ट्रीय संस्थेचे मुख्य जेम्स क्लॅपर ह्यांनी सायबरयुद्धाचे दोन ठळक भाग केले आहेत – सायबर–हेरगिरी आणि सायबर–हल्ला. संगणकीय यंत्रणांवर होणाऱ्या हल्ल्याची भीती अमेरिकेला जास्त वाटते.

देशाच्या सुरक्षिततेबाबतची तसेच त्या देशाच्या आंतरराष्ट्रीय भूमिकांसंबंधीची अनेक प्रकारची माहिती वेबवरून दिली – घेतली जाते आणि अर्थातच ती तिथे साठवलेलीही असते. ही माहिती अत्यंत संवेदनशील, गुप्त तर असू शकतेच शिवाय बरेचदा ती 'कॉपीरायटेड्' म्हणजे स्वामित्वहक्काधीन असते. ही माहिती मिळवून तिचा अनधिकृत वापर किंवा विक्री करणे अथवा तिच्या मोबदल्यात अन्य व्यवहार साधणे ह्याला सर्वसाधारणपणे सायबर–हेरगिरी असे म्हणता येईल. अशी माहिती व्यक्तिगत तसेच

संस्था वा विभागीय इमेल्समधून तर उचलली जातेच शिवाय संबंधितांचे व्यावसायिक किंवा राजकीय स्पर्धक, त्यांच्या वाईटावर असलेल्या व्यक्ती इत्यादींचाही वापर हुशारीने करून घेता येतो. ह्यासाठी सायबर-घुसखोरांतर्फे म्हणजेच हॅकर्सद्वारे इंटरनेट, नेटवर्क्स, सॉफ्टवेअर्स तसेच संगणक व संगणकाधारित प्रणालींवर डल्ला मारला जातो. ह्यामागे लष्करी, राजकीय, आर्थिक, सामाजिक असे आणि इतरही काही विशिष्ट हेतू असू शकतात. अशा प्रकारे हाती लागलेली गुप्त माहिती अनधिकृतपणे वापरली तर जातेच परंतु - ह्यापेक्षाही धोकादायक बाब म्हणजे - तीमध्ये (हॅकर्स आणि त्यांच्या बोलवित्या धन्यांच्या सोयीने) थोडेफार बदल करून ती साइटवर तशीच ठेवली जाते! ह्यामुळे बरेचदा माहितीचा मूळ स्रोत हाताळणाऱ्यांना आणि ती वाचणाऱ्यांनाही आपण काही वेगळे वाचतोय् अशी शंकाच (निदान काही काळपर्यंत) येत नाही व अशा चुकीच्या माहितीच्या आधारे काही निर्णय घेतले जाऊ शकतात वा कारवाई केली जाऊशकते. हे शत्रुराष्ट्राच्या पथ्यावरच पडते. काही वेळा ह्यामुळे मूळ राष्ट्र जरा गाफील राहून त्यावर थेट हल्लाही करणे इतरांना शक्य होते.

ह्या हल्ल्यांच्याही वेगवेगळ्या पातळ्या असतात. इंटलेक्चुअल प्रॉपर्टी वरील प्रत्यैक हल्ला किंवा गळती थेट देशाच्या सुरक्षिततेला बाधा आणणारी असेल किंवा त्यामध्ये देशद्रोहासारख्या गंभीर बाबीचा समावेश असेलच असे नाही.

संगणकविश्वाच्या सर्वच पैलूंत जगाच्या आघाडीवर असलेल्या अमेरिकेला असल्या हल्ल्यांची आणि सायबर–घातपातांची सवय आहे. अमेरिकेने इतर देशांमधील 'इंटरनेट ट्रॅफिक' वर कायमच नजर ठेवली आहे तर अनेकदा ती स्वतःही त्यांची शिकार बनली आहे. अशा हल्ल्यांना – नव्यानेच स्थापन करण्यात आलेल्या – 'सायबर कमांड' सारख्या अमेरिकन गुप्तहेर संघटनांनी टायटन रेन, मूनलाइट मेझ अशी नावेही दिली आहेत. अर्थात स्वतःला 'वर्ल्ड पोलिस' म्हणवून जगाची गाडी चालवू पाहणाऱ्या अमेरिकेला एडवर्ड स्नोडेन ने 'विकिलीक्स' च्या रूपाने चांगलाच दणका दिला आहे हे आपण जाणतोच!

अमेरिकेने स्वतःच्या सुरक्षिततेसाठी जगभरच्या संगणक प्रणालींमध्ये घुसखोरी केल्याचे अलिकडेच मान्य केले आहे.

अमेरिकेची ही सध्याची भूमिका प्रभावीपणे दाखवणारे सालेम-न्यूज मधील हे एक व्यंगचित्र पहा -

ह्यामधून भारतासहित जर्मनी आणि फ्रान्ससारख्या मातब्बर देशांचे पंतप्रधान देखील सुटलेले नाहीत.

संगणक आणि दळणवळण किंवा अन्य कामे करणाऱ्या उपग्रहांची सांगड घालण्यात असे हल्लेखोर यशस्वी झाले तर त्यांच्यासाठी (अक्षरशः) 'स्काय इज द लिमिट' अशी परिस्थिती होते कारण कोणत्याही आधुनिक इलेक्ट्रॉनिक प्रणालीतील हे दोन्ही घटक सर्वांत नाजूक किंवा संवेदनशील मानले जातात. ह्यामुळे लष्करी यंत्रणांना फार मोठा धोका उत्पन्न करता येतो कारण त्यांमधील,उदाहरणार्थ,अमेरिकन यंत्रणेतील C4ISTR <http://en.wikipedia.org/wiki/C4ISTR सारखे घटक क्षेपणास्त्रे किंवा लेझर किरण सोडण्याच्या नियंत्रणकक्षाशी संबंधित महत्त्वाची कामे करीत असतात. घुसखोर ही यंत्रणा बंद पाडून किंवा या मध्ये त्यांना सोयीस्कर असलेले फेरफार घडवून गोंधळ उडवू शकतात. बरे आजकाल सर्वच यंत्रणा नेट आणि कॉंप्यूटरवर अवलंबून असल्याने त्यांना प्रभावित करून, प्रत्यक्ष सीमेवर युद्ध न करताही, पुरेसे नुकसान घडवता येते हे आपण जाणतोच. ऊर्जानिर्मिती, धरणे व पाणीपुरवठा, संवाद आणि दळणवळण, रेल्वे आणि विमानांची वाहतूक, औद्योगिक उत्पादन अशा बाबींमध्ये संगणकीकरण मोठ्या प्रमाणात आहे. ह्यांमध्ये

अनधिकृत प्रवेश आणि हस्तक्षेप झाल्यास त्याचे परिणाम संबंधित देशातील सर्वांनाच भोगावे लागतील.

अशा बिन-लष्करी घातपाताचे एक उदाहरण २०१० च्या जुलै महिन्यात संबंधित सुरक्षा-तज्ज्ञांना आढळले - 'स्टक्सनेट' (Stuxnet) नावाचा एक सॉफ्टवेअर प्रोग्रॅम (d_© worm उर्फ मालवेअर) जगातील अनेक कारखान्यांच्या संगणक प्रणालींमध्ये घुसवण्यात आला होता. सुदैवाने त्याचे काम चालू होण्यापूर्वीच त्याला अटकाव करणे शक्य झाल्याने संभाव्य मोठी औद्योगिक आणि आर्थिक हानी टळली! 'न्यूयॉर्क टाइम्स' च्या मते जागतिक पातळीवर दुष्परिणाम घडवू शकणारा हा अशा प्रकारचा पहिलाच सायबर-घातपात होता.

शेअर मार्केटमधील घोटाळ्यांनी गुंतवणूकदारांचे आणि देशाचे हजारो कोटी रुपयांचे नुकसान केल्याची दोनचार ठळक उदाहरणे २१ व्या शतकाच्या सुरूवातीस आपल्याकडे घडली - केतन पारेख, हर्षद मेहता आणि 'सत्यम कॉंप्यूटर्स'. त्याचप्रमाणे कित्येक सहकारी बँका, आर्थिक घोटाळे आणि बेशिस्तीमुळे,

गुंतवणूकदारांचे शेकडो कोटी रुपयांचे नुकसान करून बुडाल्या. भारतातील किंवा जगातील इतरही शेअरबाजारांवर असा हल्ला होऊ शकतो आणि त्यातून आर्थिक नुकसान घडवले जाऊ शकते...परंतु त्याहीपेक्षा महत्त्वाचे म्हणजे लोकांमध्ये अविश्वास, अनिश्चितता आणि भीती पसरवण्यात अतिरेकी यशस्वी होऊ शकतात. ''बँकिंग क्षेत्रात सकारात्मक बदल घडवून आणताना सायबर सुरक्षा या मुद्यावर जास्त लक्ष देणे आवश्यक आहे.'' असे प्रतिपादन 'रिझर्व्ह बँक ऑफ इंडिया' चे गव्हनेर रघुराम यांनीही नुकतेच केले आहे.

डिनायल ऑफ सर्व्हिस (सुविधा न मिळणे) -

ग्राहकांना किंवा वापरकर्त्यांना इलेक्ट्रॉनिक मार्गाने मिळणाऱ्या सेवासुविधांमध्ये अडथळे उत्पन्न करणे हा एक मार्ग झाला. लक्षित वापरकर्त्यांपर्यंत सेवा मुळात पोहोचूच न देणे हा घातपाताचा आणखी एक प्रकार आहे! ह्याला सुविधा नाकारली जाणे (डिनायल ऑफ सर्व्हिस –DoS) असे नाव आहे. ह्याचीच व्याप्ती वाढली की त्याला DDoS उर्फ डिस्ट्रिब्यूटेड् डिनायल ऑफ सर्व्हिस असे म्हणतात. बँका, क्रेडिट कार्डे, पेमेंट गेटवेज्, ऑनलाइन बुकिंग, रूट सर्व्हर्स, संदेशवाहक तारा वा सिग्नलिंग

यंत्रणा अशांसारख्या सोयींवर हा हल्ला मुख्यतः केला जातो. परिणामी एखाद्या ठराविक वेळी किंवा विशिष्ट भूभागातीलच एखादी सेवा बंद पाडून एकंदरीने व्यवहार विस्कळित केल्याचे व पर्यायाने संबंधित देशाचे संगणकीय बचावतंत्र कमकुवत बनवण्याचे श्रेय अशांना मिळते. हा हल्ला इलेक्ट्रॉनिक नव्हे तर प्रत्यक्षात करूनही घातपाती परिणाम साधता येतो. उदा. काही वर्षांपूर्वी अटलांटिक महासागराच्या तळावरून टाकलेली कम्युनिकेशन केबल तुटल्याने अनेक आशियाई देशांतील नेट – ती दुरुस्त होईपर्यंत – बंद पडले होते. ही घटना म्हणजे अपघात असला तरी कोणी मुद्दाम असे करण्याची शक्यता तितकीच आहे!

'अमेरिकेतील अनेक वीजवाहिन्यांची जाळी (पॉवर ग्रिड्स) सायबर–युद्ध आणि सायबर–घातपाताला सहज बळी पडू शकतात...' असे अमेरिकेच्या अंतर्गत सुरक्षा विभागानेच (डिपार्टमेंट ऑफ होमलँड सिक्युरिटी) मान्य केले आहे. अमेरिकेच्याच एका अंतर्गत अहवालानुसार, २००९ मध्ये, रशियन

तसेच चिनी सायबर–हेरांनी अमेरिकेतील पॉवर ग्रिड्सच्या नियंत्रक सॉफ्टवेअर्समध्ये शिरकाव करून विशिष्ट प्रोग्रॅम पेरून

ठेवले होते ज्यायोगे हे देश, स्वतःच्या सोयी व गरजेनुसार, विजेच्या जाळ्याचे कामकाज थांबवू शकले असते. हॉलिवूडच्या काही ॲक्शन–चित्रपटांत ही संकल्पना वापरलेली आपणांस आढळेल उदा. डाय हार्ड ४.

देशाच्या मोठ्या भागातील वीज अचानक गायब झाल्यास (किंवा दूरध्वनी बंद पडल्यास) त्याचे आर्थिक दुष्परिणाम तर होतातच शिवाय ह्या यंत्रणा सुरक्षित नाहीत...! अशा प्रकारच्या बातम्या पसरल्याने जनमानसावर नकारात्मक परिणाम होऊन नागरिकांच्या मनात अनामिक भीतीची भावना निर्माण करण्यातही हे घातपाती यशस्वी होतात! अर्थात अशा संगणकीय यंत्रणा प्रत्यक्ष वीजनिर्मितीपेक्षा तिचे वितरण, नियमन आणि सर्वसाधारण प्रशासनाशी अधिक प्रमाणात जोडलेल्या असल्याने वीजनिर्मिती केंद्रांना थेट धोका नाही असेही काही तज्ज्ञांचे म्हणणे आहे. प्रत्यक्ष वितरक–जाळ्यावर म्हणजेच ग्रिडवर हल्ला करून ती ताब्यात घेतल्याचा एकही प्रसंग आतापर्यंत घडला नसला तरी ह्या मलमपट्टीपेक्षा धोक्याची एकंदर व्याप्ती सर्वदूर असल्याने सावध राहणे हेच उत्तम!

■■■■

१

सायबर हल्ल्यांना अटकाव आणि भारतीय परिस्थिती

विविध उदाहरणे तसेच विश्लेषणांवरून असे दिसते की अतिरेकी आणि घातपाती कारवाया घडवण्याचे मार्ग बदलल्याने त्यांना आटोक्यात आणणे – खरे तर मुळात त्यांचा छडा लावणेच दिवसेंदिवस अवघड होत चालले आहे. अशा परिस्थितीत, हल्ला यशस्वी होऊ नये ह्यासाठी योग्य ती दक्षता घेणे आणि प्रयत्न करणेच प्रत्येकाच्या हाती आहे. हे काम सर्वसामान्य नागरिकांपासून सरकारपर्यंत प्रत्येकजण करू शकतो आणि लोकशाही शाबूत ठेवायची असेल तर करावेच लागेल. ह्या धोरणाचे दोन ठळक भाग पडतात – पहिला म्हणजे संगणकीय आणि माहिती तंत्रज्ञानासंबंधीच्या यंत्रणा आणि प्रणाली सुरक्षित बनवणे, अनधिकृत प्रवेश झालाच तर तो प्राथमिक पातळीवर असतानाच त्याचा मागोवा ठेवता येईल अशी व्यवस्था करणे, प्रणालीतील माहिती आणि इतर बाबींचा शक्यतितका बॅकअप घेऊन म्हणजे त्याची इलेक्ट्रॉनिक प्रत करून तो वेगळे संकेतन आणि ओळखपडताळणी असलेल्या दुसऱ्या सिस्टिमवर ठेवणे इ.

हे झाले यंत्रणेच्या बाबतीत - ती वापरणाऱ्यांची म्हणजेच ऑपरेटर्सची खात्री कोण देणार? ह्याकरिता उच्च-नीच पदावरील सर्व संबंधितांचा सामाजिक व कौटुंबिक इतिहास तपासणे देखील तसे पाहिले तर आवश्यक ठरते. एप्रिल २०१४ मध्ये जर्मनविंग्ज चे प्रवासी विमान खुद्द सहवैमानिकानेच पाडल्याची घटना वाचकांना आठवत असेल. त्याच्या पूर्वायुष्याबाबत दोन वेगळ्या प्रकारची माहिती समोर आली होती.

दुसरा भाग प्रशासकीय यंत्रणा आणि धोरणांसंबंधी आहे. प्रत्येक सरकारने माहिती मिळवण्याचे इतरही मार्ग अवलंबणे आवश्यक असते. उदा. नवतंत्राने होणाऱ्या ह्या अदृश्य हल्लयांचा प्रतिकार अजूनही पारंपारिक पद्धतीने देखील खूपच प्रभावीरीत्या करता येतो - खबऱ्यांचे जाळे वापरून!! घातपाती हल्ल्यासाठी तयारी चालू असल्यास तिचा सुगावा त्या गटाबाहेरील कोणालातरी थोडासा लागतोच. अगदी चहा आणून देणारा पोऱ्या किंवा पान-सिगारेटचा विक्रेता, रिक्षा-टॅक्सी सारख्या वाहनांचे चालक अशा व्यक्ती देखील अतिशय महत्त्वाचे धागेदोरे पुरवू शकतात (उदा. 'अब तक छप्पन' किंवा 'ए वेनस्डे' मधले काही सीन आठवा). अशा व्यक्तींशी पोलिसांचे वा हेरखात्याचे चांगले संबंध असल्यास त्यांच्याकडून पूर्वसूचना मिळू शकते. अशा पूर्वसूचनेनंतरच्या आवश्यक त्या हालचाली वेगाने करण्याची जबाबदारी मात्र अर्थातच संबंधित यंत्रणेची असते! वेळेत खबर मिळूनही आपल्या प्रशासनाच्या गजगतीमुळे ती वाया गेल्याचे आणि हल्लेखोरांना पकडणे तर सोडाच हल्लाच टाळणे शक्य न झाल्याची ज्वलंत उदाहरणे प्रत्येकालाच माहीत असल्याने त्यांवर अधिक चर्चा

करण्याची गरज नाही!

आपल्याकडील सर्वप्रकारच्या गुन्ह्यांचा - मग ते पारंपारिक असोत की संगणकीय - वेगाने छडा लावण्यासाठी संबंधित सरकारी यंत्रणांतील अधिकारी व कर्मचाऱ्यांची मनोवृत्ती बदलणे अत्यंत गरजेचे आहे. राष्ट्राच्या एकंदर धोरणाविरोधी कारवाया करणाऱ्या व्यक्ती वा संस्थांवर कमीतकमी कालापव्यय करून अशा प्रकारचे खटले इ. त्वरेने निकाली काढण्यानेही घातपाताला आळा बसू शकतो. अतिरेक्यांना पाठबळ देणारे पाकिस्तानसारखे इतरही काही विशिष्ट देश जगाच्या नकाशावर आता स्पष्ट झाले आहेत. अशांवर आर्थिक, राजकीय आणि सामाजिक मार्गाने आंतरराष्ट्रीय दबाव आणून त्यांना एकटे पाडणेही शक्य असते. संघटित आणि मध्यम स्वरूपाची गुन्हेगारी आटोक्यात ठेवल्यानेही ह्यासंदर्भात फायदा होतो कारण अतिरेक्यांना पैसा पुरवण्यामागे बरेचदा मोठे गुन्हेगारच असतात. ह्या मोठ्या गुन्हेगारांमागे कधीकधी अन्य

देशांची सरकारे, बडे उद्योगपती, इतर देशांतील विशिष्ट विचारसरणीचे गट हेदेखील असू शकतात. कारण ह्या मार्गाने त्यांना संबंधित देशातील कायदा-सुव्यवस्था, न्यायव्यवस्था आणि अर्थकारणावर काबू मिळवता येतो - जे थेट युद्धाने जमणार नसते!

सायबर युद्ध, घातपात तसेच हल्ल्यांच्या बाबतीत बरेचदा सरकारी बाबूंची पारंपारिक मार्गावर चालण्याची, स्वतः धडाडीने निर्णय न घेण्याची व काळाबरोबर न बदलण्याची वृत्ती तसेच नवतंत्रज्ञान शिकण्याबाबतची अनास्था कारणीभूत ठरू शकते असे स्पष्टपणे म्हणावे लागेल.

अर्थात ह्याला दुसरी बाजूही आहे, ती म्हणजे वरिष्ठांकडून होणारी धोरणांची फिरवाफिरव तसेच संभाव्य नाराजीची भीती. हे टाळण्यासाठी वरिष्ठांनी स्वतःची मनोवृत्ती व कार्यपद्धती बदलली पाहिजे, शिवाय नवतंत्रज्ञानावर आधारित संगणकीय यंत्रणादेखील देशाच्या कानाकोपऱ्यात पोहोचली पाहिजे आणि ती कार्यक्षमतेने वापरली जायला हवी. सध्या असे बदल होत आहेत (डिजिटल इंडिया इ.) परंतु त्यांची प्रभावी अंमलबजावणी व ते खरोखरीच सर्वसामान्यांपर्यंत पोहोचतात काय? तसेच ते प्रत्यक्ष, व्यावहारिक पातळीवर अनुभवता येतात काय? हे तपासणे येत्या काही वर्षांत अत्यावश्यक ठरणार आहे.

'काट्याने काटा काढणे' हा वाक्प्रचार जुना झाला असला तरी कालबाह्य झालेला नाही! संगणकीय प्रणालीमध्ये अनधिकृत

शिरकाव सहजपणे होऊ नये ह्यासाठी सतत नवनवीन तंत्रे शोधून चोरावर मोर होण्याचा प्रयत्न करणे गरजेचे आहे. ह्यासाठी शास्त्रज्ञ आणि संबंधित विषयांच्या तज्ञांना अधिक संशोधनासाठी प्रोत्साहित करणे तसेच संशोधन आणि विकासासाठी (रिसर्च एँड डेव्हलपमेंट – RD) भक्कम निधी मिळवून देणे आवश्यक आहे. हे संशोधन म्हणजे भावी सायबर सुरक्षिततेसाठी केलेली गुंतवणूक मानली जावी. ह्या संशोधनात फक्त माहिती तंत्रज्ञानाच्या शाखाच नाही तर रसायनशास्त्र, औषधशास्त्र ह्यांचाही समावेश करायला हवा कारण जैविक युद्धाच्या (बायॉलॉजिकल वॉरफेअर) धोक्याची टांगती तलवार सर्वांवर आहेच – ह्यावरही वेगळ्या प्रकरणांतून अधिक प्रकाश टाकला आहे.

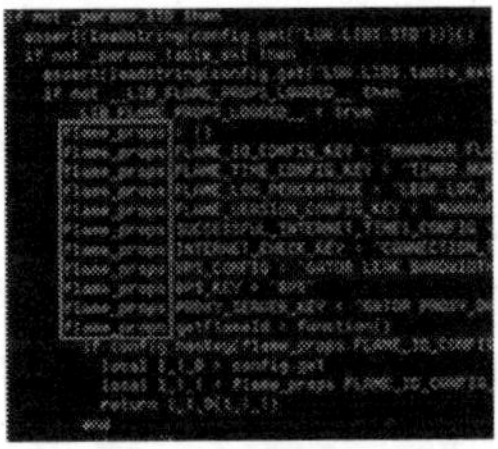

'फ्लेम' नामक मालवेअरच्या प्रणालीतील प्रवेश दाखवणाऱ्या एका स्क्रीनशॉटचा काही भाग

संगणकीय, जैव–रासायनिक, उपग्रहीय, आण्विक...अशा ह्या नव्या युद्धतंत्रांपासून सर्व जगालाच धोका आहे. आता पूर्वीसारखे युरोपात चालली असेल लढाई...आमचा काय संबंध? असे एखाद्या दूरवरच्या देशातील सरकार म्हणू शकत नाही. नव्या संकटांचा सामना एकत्रितपणे करण्यासाठी देशादेशांतील

माहितीचे आदानप्रदान वाढणे अत्यावश्यक आहे. अतिरेकी संघटना, त्यांचे पाठीराखे व प्रायोजक, त्यांच्या हल्ल्याच्या किंवा घातपाताच्या पद्धती (मोडस् ऑपरेंडी) व वापरलेली शस्त्रे किंवा मार्ग ह्यांसारख्या बाबींची 'लेटेस्ट' माहिती सर्व लोकशाहीवादी देशांदरम्यान सतत शेअर केली जायला हवी. ह्यामध्ये अगदी जागतिक आरोग्य संघटनेलाही (WHO) सामील करून घ्यायला हवे असे काही तज्ञांना वाटते.

आता कोणाच्याही मनात येईल की काय करायला हवे हे समजले...परंतु आपण ह्याबाबत प्रत्यक्ष काय करीत आहोत?.भारतातील सायबर युद्धसज्जतेचे आणि सुरक्षिततेचे एकंदर चित्र काय आहे ह्याकडे आपण जरा नजर टाकू –

भारताची सायबरयुद्ध-सज्जता –

भारतीय प्रशासन, उद्योगविश्व आणि इतर वापरकर्त्यांना वेबसाइट्स हॅक होणे, पासवर्ड चोरीला जाणे, नेटवरून बदनामी अशा बाबींचा अनुभव येत असला तरी खरे सांगायचे तर, आंतरराष्ट्रीय दृष्टिकोनातून, आपण आणि विशेषतः आपले प्रशासन ह्या धोक्याबाबत पुरेसे जागे झालेले नाही. उशीराने का होईना २०१३ साली राष्ट्रीय सायबर सुरक्षितता धोरण (नॅशनल सायबर सिक्युरिटी पॉलिसी) आखण्यात आले आहे परंतु त्याची

अंमलबजावणी नीटशी सुरू झालेली नाही. सायबर युद्धाबाबत भारताचे धोरण तर ह्या क्षणी अस्तित्वातच नाही.

म्हणजे ह्या आघाडीवर अगदीच हालचाल नाही असे नाही. सायबर हल्ल्यांना तोंड देण्याच्या संदर्भात २००४ सालीच माहिती तंत्रज्ञान विभागाने इंडिअन काँप्यूटर इमर्जन्सी रिस्पॉन्स टीम (CERT-In) स्थापन केली. त्या वर्षी ह्या टीमने २३ सायबर सुरक्षेला असलेले धोके उघडकीला आणले. २०११ साली हीच संख्या १३३०१ झाली होती. ह्याच वर्षी केंद्र सरकारने नॅशनल क्रिटिकल इन्फर्मेशन इन्फ्रास्ट्रक्चर प्रोटेक्शन सेंटर (NCIIPC) ची स्थापना केली. ऊर्जानिर्मिती केंद्रे, बँका, दूरध्वनी यंत्रणा, संरक्षण, वाहतूक, अवकाश अशांसारख्या महत्त्वाच्या बाबी सायबर धोक्यांपासून सुरक्षित ठेवण्याचा उद्देश हयामागे आहे. परंतु ह्या केंद्राच्या अस्तित्वाबाबतच अनेकांना शंका आहे कारण त्याचे काम आतापर्यंत कोणालाच दिसलेले नाही. एकंदरीनेच, सल्लासेवा देणाऱ्या काही खाजगी संस्थांच्या मते, अतिमहत्त्वाच्या संसाधनांच्या सायबर सुरक्षेची दखल सरकारने अद्याप फारशी गंभीरपणे घेतलेली नाही. माहिती तंत्रज्ञानासंबंधीच्या महत्त्वाच्या संसाधनांच्या सुरक्षिततेची जबाबदारी नॅशनल टेक्निकल रिसर्च ऑर्गनायझेशन (NTRO) घेणार असेही मध्यंतरी सांगितले जात होते. जाताजाता –ह्याबाबत रिझर्व बँकेने एक चांगली सूचना केली आहे. सर्व सरकारी, निमसरकारी सुविधा नेट वरून देण्याचा इ–शासन उपक्रम येत्या दशकात चांगलाच वेग घेणार असला तरी मुळात ह्या प्रणालीच्या विश्वासार्हतेचे काय? हे लक्षात घेऊन आर्थिक तसेच अन्य महत्त्वाचे महसुली व्यवहार करणाऱ्यांना

सांकेतिक एसएमएस पाठवण्याची योजना आरबीआय ने सुचवली आहे. ह्यामुळे कदाचित मोबाइल फोन पेमेंट सिस्टिम वापरण्याचे प्रमाण वाढवावे लागेल व त्यादृष्टीने संसाधने उभारावी लागतील. सरकारी क्षेत्रातीलही दूरदृष्टीच्या व सजग अधिकाऱ्यांनी ह्या नव्या धोक्याची दखल घेतलेली आढळते. उदा. ''बँकिंग क्षेत्रात सकारात्मक बदल घडवून आणताना सायबर सुरक्षा या मुद्यावर जास्त लक्ष देणे आवश्यक आहे.'' असे प्रतिपादन 'रिझर्व्ह बँक ऑफ इंडिया' चे गव्हर्नर रघुराम यांनी गोप्यात एके ठिकाणी बोलताना केले आहे (१५ मे २०१५)

ट्विटरचे मुख्य कार्यकारी अधिकारी
डिक कोस्टली व पंतप्रधान नरेंद्र मोदी चर्चा करताना

असो. काही महत्त्वाच्या सायबर घडामोडींकडे आपण थोडक्यात पाहू – भारतीय अणुऊर्जा महामंडळाचे (न्यूक्लिअर पॉवर कॉर्पोरेशन ऑफ इंडिया –NPCIL) कार्यकारी संचालक फेब्रुवारी २०१३ मध्ये म्हणाले आमच्या संस्थेवर दिवसाला किमान १० असे हल्ले होतात. १२ जुलै २०१२ रोजी केंद्र सरकारच्या महत्त्वाच्या विभागांच्या वरिष्ठ अधिकाऱ्याच्या इमेल खात्यांत

घुसखोरी झाल्याचे आढळले. ह्यांमध्ये परराष्ट्र व गृह खाते, इंडो-तिबेटिअन बॉर्डर पोलिस, डिफेन्स रिसर्च एँड डेव्हलपमेंट ऑर्गनायझेशन (DRDO) अशांसारख्या विभागांतील तब्बल १२००० हजार अधिकाऱ्यांचा समावेश आहे. ४ डिसेंबर २०१० ह्या दिवशी पाकिस्तान सायबर आर्मी नामक गटाने तर सीबीआय (सेंट्रल ब्यूरो ऑफ इन्व्हेस्टिगेशन) चीच वेबसाइट हॅक केली. ह्याची चौकशी नॅशनल इन्फर्मेटिक्स सेंटर (एनआयसी) द्वारे केली गेली. दरम्यान, माहिती तंत्रज्ञान प्रणालींच्या संरक्षणासाठी, नॅशनल टेक्निकल रिसर्च ऑर्गनायझेशनची (एनटीआरओ) स्थापना झाली असली तरी एवढे होऊनही सरकारला ह्या बाबीचे सर्वंकष गांभीर्य नाही असे बहुतेकांचे मत आहे.

संगणकीय प्रणाली आणि महाजालावरचे हल्ले जास्तीकरून सॉफ्टवेअरमध्ये वा प्रोग्रॅमिंगच्या पद्धतींमध्ये बदल करून घडवले जात असले तरी तांत्रिक दृष्ट्या यंत्रणा प्रत्यक्ष बंद पाडून, तिचे काही भाग नष्ट वा अक्षम करूनही सायबर घातपात साधता येतो. बहुसंख्य संगणकीय यंत्रणांचे विविध भाग (सर्किट बोर्डस्, मायक्रोचिप्स, प्रोसेसर्स, त्यांना जोडणाऱ्या तारा वा सॉल्डर्स इ.) कार्यक्षम आणि दीर्घकाळ भरवशाचे असले तरी बरेचदा ते एका विशिष्ट व्याप्ती उर्फ 'रेंज' मध्ये काम करीत असतात आणि

त्यांचेवर त्यापलिकडे ताण पडल्यास ते जळून जातात किंवा नेमून दिलेले काम करू शकत नाहीत. घरगुती वापराच्या टीव्ही किंवा फ्रीज सारख्या वस्तू विजेचा दाब त्यांवर लिहिलेल्या मर्यादेपलिकडे वाढला म्हणजे जळतात अगदी तसेच. तर हे हल्लेखोर ह्यासाठी उच्च शक्तीच्या EMP म्हणजे इलेक्ट्रोमॅग्नेटिक पल्स (विद्युतचुंबकीय स्पंदन) चा वापर करतात. हा 'जोर का झटका' सहन न होऊन प्रणालीतील काही भाग जळतात, बंद पडतात किंवा निदान त्यांचे काम थांबते. अर्थात अशा प्रकारच्या प्रत्यक्ष हल्ल्यापासूनही प्रणाली सुरक्षित ठेवता येते, त्यासाठी लोखंडी किंवा तांब्याच्या अगदी लहान जाळ्या विशिष्ट भागांभोवती बसवता येतात. ह्याखेरीज रेडिएशन-रोधक मायक्रोप्रोसेसर्स वापरता येतात. तर काही वेळा प्लाझ्मा किंवा विशिष्ट वायूंचे मिश्रण घटकभागांभोवती ठेवले जाते. हे वायू मर्यादेबाहेर जाणारी स्पंदने ओळखून ती अडवतात. परंतु हे सगळे उपाय भयंकर खर्चिक आहेत आणि सरकारी पातळीवरच, त्यातही लष्कर, उपग्रह व अवकाश संशोधन अशांसारख्या विभागांनाच, ते परवडू शकतात. अगदी मोजक्या औद्योगिक समूहांनी ह्या बाबी अमलात आणल्या आहेत मात्र एकंदरीने नेट च्या छोट्या वापरकर्त्यांना हे प्रकरण आर्थिकदृष्ट्या जमणारे नाही हेच खरे.

■■■■

१०

रासायनिक शस्त्रे व युद्धनीती

रासायनिक शस्त्रे ही पारंपारिक हत्यारांपेक्षा – किंवा तसे पाहिले तर अण्वस्त्रांपेक्षा देखील – वेगळी ठरतात कारण रसायनांचा स्फोट घडवून नुकसान केले जात नाही. तसेच 'एँथ्रॅक्स' सारख्या जिवंत विषाणूंद्वारे घडवलेली हानी देखील रासायनिक नाही तर जैविक युद्धाचा हिस्सा मानली जाते. परंतु जिवंत जीवाणू किंवा विषाणूंद्वारे उत्पन्न केल्या जाणाऱ्या विषारी द्रव्यांचा वापर करून (उदा. बॉटुलिनम्, रायसिन, सॅक्सिटॉक्झिन इ.) घडवलेले नुकसान रासायनिक युद्धनीतीमध्ये समाविष्ट आहे. १९९७ साली अस्तित्वात आलेल्या रासायनिक शस्त्रांबाबतच्या आंतरराष्ट्रीय करारात (केमिकल वेपन्स कन्व्हेन्शन –CWC) ह्या सर्व तरतुदी स्पष्ट केलेल्या आहेत. जगातील बहुतेक देशांनी हा करार मान्य केला आहे. ह्यानुसार कोणत्याही विषारी रासायनिक द्रव्याचा (करारात निर्देशित तरतुदींव्यतिरिक्त केलेला) वापर युद्धसदृश मानला जातो.

तसे पाहिले तर रसायने आणि विषारी द्रव्ये वापरून युद्धनीती पुराणाकाळापासून जगभर केली जात आहेच. पाश्चात्य तसेच आपल्याकडील धार्मिक आणि नीति-ग्रंथांपासून लोककथांपर्यंत सर्वत्र विषारी द्रव्ये, अन्नपदार्थ, वायू इ. वापरून शत्रूचा काटा काढल्याची असंख्य उदाहरणे सापडतात. अर्थतज्ञ आणि राजकारणपटु आर्य चाणक्याच्या काळात 'विषकन्यां'चा उपयोग केल्याचा उल्लेख सापडतो! जग जिंकण्यासाठी बाहेर पडलेल्या अलेक्झांडरला सिंधू नदीच्या खोऱ्यात विषारी बाणांचा सामना करावा लागला होता. तसेच जपानी आणि चिनी लोकांनी रासायनिक युद्धशास्त्रामध्ये (आर्सेनिकच्या विषारी वायूपर्यंत) बरीच प्रगती केली होती. तरीदेखील हे रासायनिक युद्ध मर्यादित आणि बरेचसे वैयक्तिक स्तरावरचे होते असे म्हणायला हरकत नाही. सामूहिक हत्या किंवा व्यापक विध्वंस करू शकणारी (वेपन्स ऑफ मास डिस्ट्रक्शन – WMD) रासायनिक अस्त्रे आधुनिक रसायनशास्त्राचा उदय आणि मुख्य म्हणजे त्या द्रव्यांचे व्यावहारिक पातळीवर उत्पादन शक्य झाल्यानंतरच अस्तित्वात आली.

पहिल्या महायुद्धात क्लोरिन, फॉसजिन आणि मस्टर्ड गॅसचा समावेश असलेल्या बाँब्सचा आणि तत्सम हत्यारांचा वापर मुबलक प्रमाणात केला गेला. हवेत सोडलेले विषारी वायू वारा वाहील त्याप्रमाणे पसरत गेल्यामुळे युद्धग्रस्त राष्ट्रांतील एकूण सुमारे ३ लाख निरपराध नागरिक त्यांना बळी पडले. छोट्याच काय मोठ्या शहरांतील रहिवाशांनाही अशा वायूच्या हल्ल्याबाबत पूर्वसूचना देणारी कोणतीही यंत्रणा अस्तित्वात नव्हती किंवा

इतक्या मोठ्या संख्येने गॅस मास्कही (संरक्षक मुखवटे) पुरवणे शक्य नव्हते. पहिल्या महायुद्धाला आता शंभर वर्षे होऊन गेली (१९११-१९१४) परंतु त्याचे परिणाम आजचे नागरिक देखील कधीकधी भोगताना आढळतात. त्या काळी लष्करी गोदामे किंवा डेपो असलेल्या ठिकाणी आज बांधकामासाठी खड्डे घेताना जुने 'केमिकल बॉंब' सापडतात. ते अद्याप जिवंत आहेत वा नाही ह्या टेन्शनमुळे खणताना हत्यार लागून त्या बॉंबच्या होऊ शकणाऱ्या स्फोटाइतकेच तणावपूर्ण वातावरण तिथे तयार होते! नको असलेला कचरा समुद्रात टाकण्याची मानवी परंपरा जुनीच आहे! युद्धसमाप्तीनंतर शिल्लक राहिलेली जर्मन रासायनिक स्फोटके बाल्टिक समुद्रात मोठ्या प्रमाणात टाकली गेली होती. खाऱ्या पाण्यामुळे अशा बॉंब्जची लोखंडी आवरणे गंजून फुटतात आणि आतील मस्टर्ड गॅस बाहेर येतो. त्याची समुद्राच्या पाण्याबरोबर क्रिया होऊन राळ किंवा मेणासारखा चिखल अनपेक्षितपणे तेथील किनाऱ्यावर उद्भवतो.

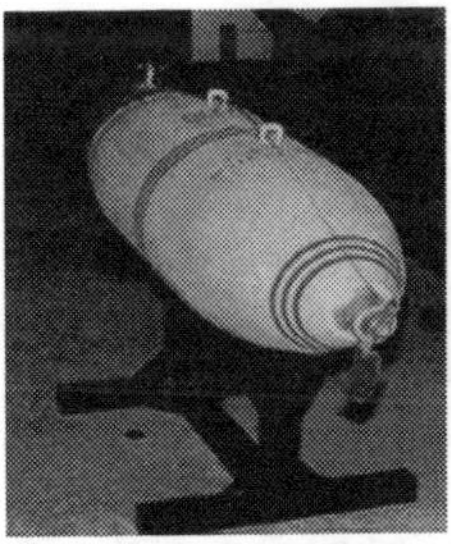

अमेरिकन
एमसी-वन् गॅस बॉम्ब...

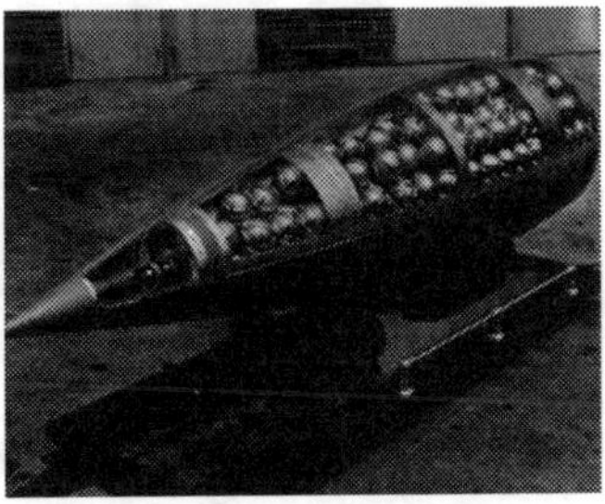

...व त्यामध्ये ठेवलेली रसायनांची पाकिटे.
ही फुटून रसायने व वायू बाहेर येतात.

दुसऱ्या महायुद्धात – किंबहुना त्यापूर्वीच – जपानी सैन्याने विषारी वायू व तत्सम इतर बाबींचा वापर सुरू केला होता. इतरही देशांचे लक्ष ह्या प्रकारच्या अस्त्रांकडे वळले होते कारण पारंपारिक शस्त्रांचा मारा अधिकाधिक अचूक होऊ लागल्यानेच, काही तज्ञांच्या मते, त्यांची एकंदर विध्वंसक क्षमता कमी होऊ लागली! म्हणजे असे की अचूक मारा करणाऱ्या तोफेचा गोळा कोठे पडेल ह्याचा अंदाज असल्याने आसपासच्या परिसरातील मालमत्ता व माणसे त्यामानाने सुरक्षित राहात. याउलट WMD प्रकारातील अस्त्रांमुळे कोणते क्षेत्र किती प्रभावित होईल हे सांगणे अवघड असतेच शिवाय त्याच्या वाटेत येणारी प्रत्येक बाब भरडली जाणार असल्याने सार्वत्रिक भीतीचे आणि गोंधळाचे वातावरण तयार होते –WMD च्या वापरकर्त्यांना बरेचदा, प्रत्यक्ष नुकसानीपेक्षा, हेच तर हवे असते!!

(१९६५ ते १९७२ ह्या काळात अमेरिकेने व्हिएतनाम वर केलेल्या रासायनिक हल्ल्यांची तीव्रता दर्शवणारे जगप्रसिद्ध प्रातिनिधिक छायाचित्र. अमेरिकेने तेथील नागरी वस्त्यांवर तब्बल ४ लाख टन

नापाम आणि एजंट ऑरेंज ह्या रसायनांचा मारा केला...एवढे करूनही अमेरिका हे युद्ध जिंकली नाहीच!)

सध्या अतिरेक्यांमध्ये लोकप्रिय असलेली, सर्वाधिक घातक परिणाम साधणारी व त्यामुळे अधिकच भीती उत्पन्न करणारी काही आधुनिक रासायनिक अस्त्रे अशी आहेत –

व्हीएक्स (VX)

हा ऑरगॅनोफॉस्फरस प्रकारातला तपकिरी रंगाचा तेलकट द्रव असतो. ह्याला वास आणि चव नसते. व्हीएक्स चेतासंस्थेवर तसेच मेंदूकडून चेतासंस्थेकडे होणाऱ्या संदेशवहनावर परिणाम करतो (नर्व्ह एजंट).

१९५० च्या दशकात यूकेमध्ये व्हीएक्स ची पहिली चाचणी घेण्यात आली. त्यामध्ये ह्याची तीन ठळक वैशिष्ट्ये दिसून आली – त्याचे बाष्पीभवन अत्यंत मंदपणे होते. बरे ही वाफ हवेपेक्षा बऱ्यापैकी जड असते. परिणामी एखाद्या पृष्ठभागावर साठलेला व्हीएक्सचा थर कित्येक दिवस टिकून राहतो – थंड हवामानात तर काही महिने – आणि तोही जमिनीपेक्षा अगदी कमी उंचीवर. दुसरे असे की व्हीएक्स फार झपाट्याने काम करतो – ह्याच्या संपर्कात आलेली व्यक्ती अक्षरशः काही सेकंदांत जास्त लाळ सुटणे, छातीत जड वाटणे, डोळे बारीक होणे, स्नायू आखडणे अशांसारखी लक्षणे दाखवते! हृदय बंद पडून किंवा श्वासावरोधामुळे मृत्यू ओढवतो. मुख्य म्हणजे हे घडण्यासाठी व्हीएक्सची अगदी किंचितही वाफ पुरेशी असते.

नुकतेच वापरले गेलेले सरिन (Sarin) उर्फ जीबी

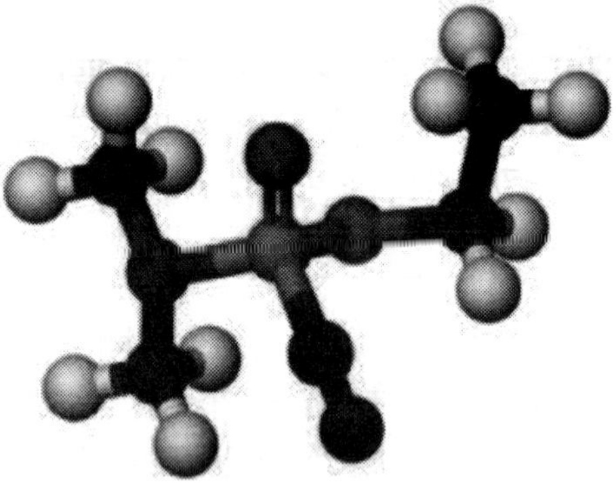

सरिनची रासायनिक रचना

सद्दाम हुसेन ह्यांनी १९८८ मध्ये नागरी वस्तीवर रासायनिक अस्त्राचा वापर केला होता. त्यानंतरचा सर्वांत मोठा असा हल्ला ऑगस्ट २०१३ मध्ये सीरियन बंडखोरांनी ताब्यात ठेवलेल्या दमास्कस शहराच्या घौला ह्या उपनगरावर केला गेल्याचे संयुक्त राष्ट्रसंघाने केलेल्या पाहणीत आढळले. ह्यासाठी 'सरिन' ने भरलेली वॉरहेड्स बसवलेली रॉकेट्स वापरली गेली. सरिन हा देखील नर्व्ह एजंट प्रकारातील रंगहीन, वासहीन द्रवपदार्थ आहे. ह्याचा शोध १९३८ मध्ये जर्मन संशोधकांना नवी कीटकनाशके तयार करताना लागला. सरिनच्या एका छोट्या थेंबाशीदेखील संपर्क झालेली व्यक्ती काही मिनिटात मरू शकते! हा द्रव ज्वालाग्राही असून जरा गरम केल्यास ह्याचे चटकन वाफेत रूपांतर होऊ शकते. व्हीएक्सप्रमाणेच सरिनमुळेही असह्य

डोकेदुखी, लाळ सुटणे, स्नायू आखडणे वा निर्जीव होणे अशी लक्षणे दिसतात. मात्र सरिन द्रवरूपात फारशी कामगिरी करू शकत नाही. काही वाचकांना १९९५ साली टोकियोतील भुयारी रेल्वेस्थानकावर केलेला हल्ला आठवत असेल. त्यामध्येही सरिनचाच वापर केला गेला परंतु द्रवरूपात. त्यामुळे जीवितहानी काहीशी आटोक्यात राहिली. शिवाय सरिन दीर्घकाळ साठवल्यास तो जुना होऊन त्याचा प्रभाव घटतो. वापरल्या जाणाऱ्या सरिनच्या दर्जावरही बरेच काही अवलंबून असते. सर्वात शुद्ध सरिन अमेरिका आणि रशियाकडे आहे!!

सर्वाधिक वापरला जाणारा - मस्टर्ड गॅस (Mustard Gas)

ह्यालाच 'सल्फर मस्टर्ड' असेही म्हणतात. मस्टर्ड म्हणजे मोहरी. ह्या वायूला सडक्या मोहरीसारखा किंवा खराब झालेल्या कांद्या-लसणासारखा भयानक वास येतो. हा वायू ब्लिस्टर एजंट (vesicants) आहे म्हणजेच ह्याच्या संपर्काने जखमा होतात, फोड येतात इ. ह्याचा परिणाम मुख्यतः डोळे, त्वचा आणि श्वसनेंद्रियांवर होतो. पहिल्यांदा जखमांचे स्वरूप मर्यादित असते परंतु काही तासांतच शरीरावर चक्क विषप्रयोगच होतो! डोळे जातात, कफ आणि उलटीत रक्त पडते, पोट दुखते. पहिल्या आणि दुसऱ्या महायुद्धांपासून आत्ताच्या सीरिया व इराणी युद्धांपर्यंत हा वायू सर्वत्र सातत्याने वापरला जातो तो त्याच्या काही गुणधर्मांमुळे - हा तयार करणे सोपे आहे. तसेच हा रासायनिक दृष्ट्या स्थिर व संतुलित आहे. त्याची वाफ हवेपेक्षा ६ पट जड असल्याने बराच काळ जमिनीपासून काही फूट उंचीपर्यंतच राहते. म्हणूनच, पारंपारिक युद्धनीतीमध्येही,

खंदकांत लपलेल्या सैनिकांना त्रास देणे ह्यामुळे सोपे जाते. सर्वसाधारण हवामानात ह्याचा विषारीपणा एकदोन दिवस टिकतो, तर थंडीमध्ये चक्क महिनाभर देखील! बरे ह्याची विषधारण–क्षमता सहजपणे वाढवता येते, तो जास्त घनतेने फवारला म्हणजे झाले. ह्याला 'शेल्फ–लाइफ' भरपूर आहे. वर म्हटल्याप्रमाणे कित्येक दशकांपूर्वी लढल्या गेलेल्या युद्धांतले शिल्लक गॅस–बॉंब आजही सापडतात आणि त्यांमधील वायूचा विखार अद्यापही टिकून राहिलेला आढळतो म्हणजे पहा!

मस्टर्ड गॅसपासून संरक्षण हवे असल्यास संपूर्ण अंग झाकणारा संरक्षक सूट चढवावा लागतो, गॅस मास्क सहित. ह्या सूटमुळे सैनिकांच्या हालचालीत अडथळे येतात, त्यांना चटकन हालचाल करता येत नाही व एकंदरीने कार्यक्षमता कमी होते. इराण–इराक युद्धात, गॅस मास्क चढवलेला असूनही, कित्येक सैनिकांना ह्या वायूचा त्रास झाला. कारण? वाढवलेल्या दाढ्या!! दाढीमुळे मास्क चेहऱ्यावर पूर्णपणे बसू शकत नाही व तेवढ्या फटीतून वायू आत घुसतो. त्याचप्रमाणे सर्वसाधारण कपड्यांतून व बुटांतून हा वायू सहजपणे प्रवेश मिळवतो. वायुग्रस्तांना त्याच्या परिणामापासून मुक्त करणे (डीकॉन्टामिनेशन) आणि उपचार करणेही तितकेसे सोपे नसते.

मुखवटाधारी कमांडो रासायनिक बॉंब निकामी करताना

सर्वांत घातक - फॉसजीन (Phosgene)

आजपर्यंत बनवल्या गेलेल्या आणि आजघडीला वापरल्या जाणाऱ्या रासायनिक अस्त्रांमध्ये सर्वांत धोकादायक आहे फॉसजीन! ह्याचा पहिला प्रयोग १९१५ साली क्लोरिन वायूसोबत केला गेला – जर्मनीने ब्रिटिश सैन्यावर ८८ टन गॅसची फवारणी केली. पहिल्या महायुद्धात रासायनिक द्रव्यांमुळे झालेल्या मृत्यूंपैकी ८० टक्के मृत्यू फॉसजीनमुळे घडले आहेत! हा वायू सरीन किंवा व्हीएक्स इतका विषारी नसला तरी हा बनवणे फारच सोपे आहे आणि ह्याची घटकद्रव्ये सर्वत्र सहजपणे मिळू शकतात. कारण मुळात फॉसजीन हे द्रव्य औद्योगिक क्षेत्रात तसेच प्लास्टिक्स आणि खतांच्या निर्मितीमध्ये मोठ्या प्रमाणात वापरले जाते. क्लोरिनयुक्त हायड्रोकार्बन संयुगे तापवून फॉसजीन मिळवतात. क्लोरोफॉर्मवर अतिनील (अल्ट्राव्हायोलेट) किरणांचा सातत्याने मारा केल्यासही हे मिळू शकते. फॉसजीनचा परिणाम श्वसनसंस्थेवर होतो. ते फुफ्फुसांवरच हल्ला करीत असल्याने खोकला, गुदमरणे, मळमळणे, छातीत जडपणा अशी लक्षणे संपर्कानंतर काही मिनिटांतच दिसतात. सर्वसामान्य वातावरणात फॉसजीन हा रंगहीन आणि गवताच्या मंद वासाचा वायू असल्याने आपण तो श्वासावाटे आत घेत आहोत हे संबंधित व्यक्तींना मिनिटभर जाणवतही नाही...त्यानंतर उशीर झालेला असतो! फॉसजीनची घनता हवेच्या तिप्पट असल्याने त्याची वाफ जमिनीजवळ दीर्घकाळ राहते.

सर्वत्र सहज उपलब्ध - क्लोरिन (Chlorine)

सीरियामधील रासायनिक अस्त्रे नष्ट करण्याबाबत अमेरिका व रशियादरम्यान वाटाघाटी चालू असताना आणि सीरियाचे अध्यक्ष

आसाद ह्यांनी अशी अस्त्रे नष्ट करण्याचा शब्द दिला असतानाच आणखी एक बातमी वाचनात आली ती अशी की श्वसनसंस्थेवर हल्ला चढवणारे क्लोरिनसारखे वायू सीरियाद्वारे मोठ्या प्रमाणात वापरले जात आहेत असा अहवाल OPCW च्या निरीक्षकांनी दिला आहे.

क्लोरिन हा औद्योगिक आणि इतर क्षेत्रांमधील दैनंदिन वापरासाठी इतक्या सहजपणे उपलब्ध असल्याने रासायनिक अस्त्रांत केल्या जाणाऱ्या त्याच्या उपयोगाबाबत आपण जरा अनभिज्ञच आहोत. कागद आणि कापड ब्लीच करणे, कीटकनाशके व रबरी वस्तू बनवणे,जलतरण तलावातील व पिण्याच्या पाण्यातील जंतू मारणे अशा अनेक कामांसाठी क्लोरिन वापरला जातो. खरे तर, CWC नुसार, रासायनिक अस्त्राच्या रूपात क्लोरिनचा वापर करण्यास बंदी आहे. आसाद यांनीही, गेल्या ऑक्टोबरमध्ये सादर केलेल्या, रासायनिक शस्त्रांच्या यादीत क्लोरिन-आधारित अस्त्रांचा समावेश केला नव्हता. क्लोरिनचा वापर दोन्ही महायुद्धांत देखील मोठ्या प्रमाणात केला गेला.

पहिले महायुद्ध - क्लोरिन वायू हवेत सोडला जात आहे

क्लोरिन हिरवट रंगाचा वायू असतो. त्याचा उग्र वास बहुतेकांच्या परिचयाचा असेल. फॉसजीनप्रमाणेच हा देखील 'चोकिंग एजंट' म्हणजे गुदमरवणारा पदार्थ आहे. वायुरूप क्लोरिन लवकर पसरतो आणि हवेपेक्षा जड असल्याने जमिनीलगतच्या पातळीला राहतो. दाब वाढवून त्याचे रूपांतर सहजपणे द्रवात करता येते. आपण आत्तापर्यंत वाचलेल्या इतर रसायनांच्या मानाने क्लोरिन कमी विषारी व घातक असला तरी त्याची सहज उपलब्धता आणि सुलभ उत्पादनपद्धतीमुळे तो अजूनही सर्वत्र वापरला जातो.

दंगल-नियंत्रणासारख्या विशेष प्रसंगी वापर - रायट् कंट्रोल एजंट्स

देशाच्या किंवा राज्याच्या अंतर्गत प्रशासकीय व्यवहारांना CWC मधील तरतुदी लागू होत नसल्याने दंगलखोर वा सामूहिक लुटालूट करणाऱ्याना आटोक्यात आणण्यासाठी रासायनिक अस्त्रांचा वापर बहुतेक ठिकाणी केला जातो. ह्यांमुळे होणारे परिणाम अर्थातच तात्पुरते असतात. डोळे व घसा जळजळणे, उलट्या, चक्कर येणे अशी लक्षणे दिसतात. अश्रुधूर हे एक प्रातिनिधिक उदाहरण म्हणायला हरकत नाही.

■■■■

११

जंतुयुद्ध उर्फ जैविक अस्त्रे

शंभर पुरूष एकत्र राहू शकतात पण दोन स्त्रिया एकत्र राहू शकत नाहीत अशा अर्थाची एक स्वभावदर्शक म्हण आहे. ह्यातला विनोदाचा भाग वगळला तर – गेल्या ५ हजार वर्षांतला मानवी इतिहास पाहता – मुळात शंभर माणसेच न भांडता एकत्र राहू शकत नाहीत असेच म्हणावे लागेल! क्रूरपणाला पशुत्वाची उपमा दिली जात असली तरी परस्परांचा काटा काढण्याचे मानवाने शोधलेले एकेक उपाय लक्षात घेता ह्याबाबत मानव 'सर्वश्रेष्ठ' आहे ह्यात काही शंकाच राहात नाही!! विविध शास्त्रीय शोधांनी मानवी आयुष्य नक्कीच सुखाचे केले असले तरी निसर्गात आढळणाऱ्या विविध रोगजंतूंना आधुनिक वैद्यकशास्त्राची जोड देऊन आपण त्यांना अधिकच संहारक बनवले आहे. जंतुसंसर्ग, विषारी बुरशी,

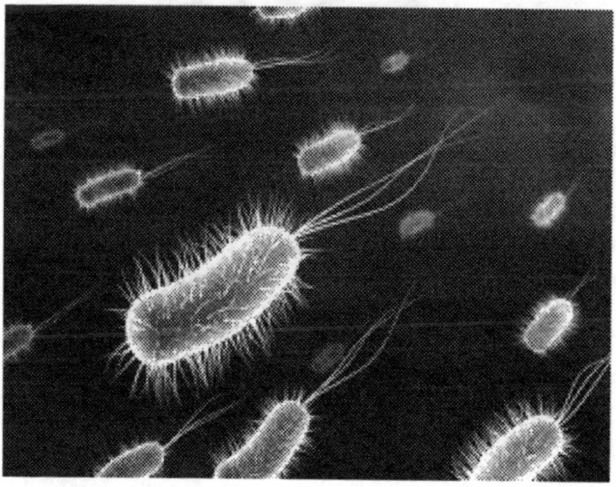

जीवाणू-विषाणू ह्यांच्या आधारे लढल्या जाणाऱ्या अशा युद्धाला जंतुयुद्ध (जर्म वॉर), जैविक शस्त्रे (बायोवेपन्स) इ. नावांनी ओळखले जाते.

रासायनिक द्रव्यांनी लढल्या जाणाऱ्या युद्धांबाबत आपण इतरत्र वाचले आहे. त्याचप्रमाणे जैविक अस्त्रांचा प्रयोगही मध्ययुगापासून केला जातो आहे. विशेषतः संसर्गजन्य रोग किती ताकदीचे असतात ह्याची माहिती पूर्वीपासूनच असल्याने रोगग्रस्त व्यक्तींना शत्रुप्रदेशात वा सैन्यात घुसवणे किंवा अशांचे मृतदेह विहिरींत, शेतांत नेऊन टाकणे असे प्रकार सर्रास केले जात! रुग्णांच्या जखमांवर बसलेल्या माशा मोठ्या संख्येने पकडून त्या शत्रुप्रदेशातील दाट वस्तीत सोडल्या जात!! वेळप्रसंगी रोग्याने वापरलेले दोनचार कपडे वा पांघरूणदेखील पुरेसे ठरत असे (कॅनडामधील आदिवासींवर ब्रिटिश वसाहतवाल्यांनी हा प्रयोग

मध्ययुगीन जंतुयुद्धाबाबत अनेक पुस्तके उपलब्ध आहेत, त्यांपैकी उदाहरणार्थ हे एक.

केला होता. ते रोगजंतू कॅनडात मुळात अस्तित्वातच नसल्याने आदिवासींची प्रतिकारशक्तीच कमी पडून संपूर्ण जमाती नष्ट झाल्या). दरम्यान औषधोपचार आणि वैद्यकशास्त्रातील प्रगतीमुळे विविध रोगांवरील लसी उपलब्ध झाल्याने संसर्गजन्य आजारांना आळा बसला खरा...पण हेच वैद्यकीय ज्ञान वापरून नवनवीन अतिभयानक जंतू आणि विषाणूंना शस्त्ररूपात वापरले जात आहे.

विसाव्या शतकाच्या सुरूवातीपासून, विशेषतः दुसऱ्या महायुद्धात, जपान आणि जर्मनी जैविक युद्धनीतीमध्ये आघाडीवर होते...आणि नंतरच्या दशकांत अमेरिका, यूके आणि रशिया. १९७२ च्या BWC करारानुसार बहुतेक राष्ट्रांनी स्वतःकडील अशी अस्त्रे नष्ट केली असली तरी – कोणाचे काही सांगता येत नाही हेच खरे! सर्वाधिक भयंकर अशा १० जैविक अस्त्रांची आपण थोडक्यात माहिती पाहू.

देवी (Smallpox)
१९७७ साली, जगभर राबवलेल्या प्रभावी लसीकरणामुळे, देवीने अखेर काढता पाय घेतला. 'देवीचा रोगी कळवा, एक हजार रुपये

मिळवा’ ही काही दशकांपूर्वी भिंतींवर दिसणारी सरकारी जाहिरातही आता विस्मृतीत गेली आहे! देवीचे जंतू प्रयोगशालेय अभ्यासापुरतेच आता उरले आहेत. WHO च्या माहितीनुसार रशिया आणि अमेरिकेत हे साठे आहेत. तरीही अनेक देशांच्या जंतुयुद्धाच्या कार्यक्रमांत देवीचा समावेश असल्याचे उघड झाल्याने त्याच्या अनपेक्षित संसर्गाची टांगती तलवार अजूनही मानवजातीच्या डोक्यावर आहे! हा रोग हवेतून तसेच रोगग्रस्ताशी आलेल्या किरकोळ संपर्कातूनही झपाट्याने पसरू शकत असल्याने अजूनही देवीचा समावेश ‘’ म्हणजे अति–धोकादायक प्रकारात केला जातो.

ऍँथ्रॅक्स (ANTHRX) **उर्फ काळपुळी**

सन २००१. अमेरिकेच्या उच्च प्रशासकीय अधिकाऱ्यांना पोस्टातून पाकिटे आली. त्यांतून पांढरी पावडर निघाली. तिची तपासणी झाल्यावर असे दिसले की तीमध्ये ‘बॅसिलस ऍँथ्रॅसिस’ हा भयानक जीवाणू ठासून भरला होता – मग एकच हलकल्लोळ झाला! ह्याचा तपास ७ वर्षे चालला. सूत्रधार असलेल्या ब्रूस इव्हान्स ह्या सरकारी प्रयोगशाळेतील शास्त्रज्ञाने, एफबीआय ने पकडण्यापूर्वीच, आत्महत्या केली.

ऍंथ्रॅक्सला पूर्वीपासून 'गुरांचा रोग' म्हणून ओळखले जाते कारण ह्याचे जीवाणू (बॅक्टेरिया) जमिनीत राहतात आणि चरणाऱ्या गुरांमार्फत झपाट्याने पसरतात. हा रोग हवेतूनही पसरू शकतो. रोगग्रस्ताला ताप, थकवा, स्नायुदुखी, उलट्या, रक्तरस-ग्रंथींची (लिम्फ नोडस्) आग होणे, श्वासात अडथळा, पोट बिघडणे, काळे व्रण उठणे अशी लक्षणे जाणवतात. ऍंथ्रॅक्सबाबतची मुख्य समस्या अशी की ह्यांपैकी बरीच लक्षणे इतरही रोगांत दिसतात. त्यामुळे विशिष्ट उपचार करणे अवघड जाते, तोवर रोगाने शरीराचा ताबा घेतलेला असतो. दुसरे असे की बरेचसे जीवाणू अल्पकाळापुरते प्रभावी असतात – ऍंथ्रॅक्सचे तसे नाही. ह्याचे 'शेल्फ लाइफ' किती असेल असे आपणांस वाटते? – तब्बल ४० वर्षे! ब्रिटिशांनी ग्रीनार्ड बेटावर १९४२ साली केलेल्या ऍंथ्रॅक्स-बॉंबच्या चाचणीचे परिणाम शून्यावर येण्यासाठी १९८६ साल उजाडावे लागले म्हणजे पहा. बहुधा ह्यामुळेच ऍंथ्रॅक्स उर्फ बी ऍंथ्रॅसिस आजही सर्वात 'लोकप्रिय' जैविक अस्त्र आहे आणि त्याची दहशत टिकून आहे!!

इबोला (EBOLA)

इबोलाबद्दल जास्ती सांगण्याची जरूर नाही असे वाटते कारण ह्याच्यामुळे गेल्या दोनचार वर्षांत आफ्रिकेतील बरेच देशही चर्चेत आले आहेत. गेल्या तीन दशकांत आफ्रिका, अमेरिका आणि युरोपमध्ये एकूण ७ वेळा इबोलाचा उद्रेक झाला आहे आणि हजारो व्यक्ती मृत्युमुखी पडल्या आहेत. १९७० च्या दशकाच्या अखेरीस कांगोच्या इबोला खोऱ्यात हा विषाणू प्रथम आढळला. त्यानंतर

झैरे आणि सुदानमधून हा विषाणू वेगाने पसरू लागला. काही वर्षांतच त्याने आपला प्रताप दाखवला आणि हजारो लोक मरण पावले. ह्यामध्ये ताप, उलट्या वगैरे लक्षणे दिसतातच, महत्त्वाचे म्हणजे शरीरांतर्गत किंवा बाह्य रक्तस्त्राव मोठ्या प्रमाणात होतो. इबोलाचे विषाणू मानवात तसेच प्राण्यांमध्ये राहतात. फळे खाणाऱ्या छोट्या वटवाघळांमार्फत ह्याचा व्यापक प्रसार झाल्याचे आढळले असले तरी त्याच्या निवासाबाबत आणि एकंदर सवयींविषयी आपल्याला फारशी माहिती नाही. इबोलावर थेट लस वा औषध आजतरी उपलब्ध नाही! रुग्णांवर उपचार करणाऱ्या नर्सेस आणि डॉक्टरांनाच ह्याची लागण चटकन होत असल्याने तसेच रुग्णांच्या मृत्यूचे प्रमाण थेट ८०% पर्यंत जात असल्यानेही चिंता वाढली आहे. बरे त्यांतलेही काही रुग्ण तुलनेने लवकर बरे होतात तर काही दोनचार दिवसांतच शरण जातात, ह्यामुळे डॉक्टरांनाही उपचारांची सर्वंकष दिशा निश्चित करणे कठीण झाले आहे. ह्यामुळेच इबोलाचे विषाणू 'एअरोसोल' च्या रूपात फवारले गेले तर काय होईल ह्याची कल्पनाच करावी...हा देखील A प्रवर्गातील अति-धोकादायक विषाणू मानला जातो. फक्त दहा वर्षांत इबोलाने स्वतःच्या खात्यावर प्रचंड दहशत जमा

केली आहे खरी– पण अगदी पूर्वीपासून अस्तित्वात असलेले जीवाणूरुपी एक हत्यार अद्यापही तितक्याच ताकदीने आपले स्थान टिकवून आहे!

प्लेग (**PLAGUE**)

ह्याला 'ब्लॅक डेथ' असेही नाव आहे. चौदाव्या शतकात प्लेगच्या थैमानामुळे युरोपची लोकसंख्या निम्म्यावर आली! आपल्याकडेही ब्रिटिश अमदानीतल्या प्लेगसंबंधीच्या कथा ज्येष्ठांना माहीत असतात. प्लेगची उपद्रवक्षमता आजही तितकीच आहे. प्लेगचे दोन मुख्य प्रकार आहेत – ब्यूबॉनिक (काखेत वा जांघेत गाठ येणे) आणि न्यूमॉनिक (फुफ्फुसांमध्ये होणारा). ब्यूबॉनिक प्लेगचा प्रसार अधिक आढळतो कारण हा उंदरांच्या अंगावरील पिसवांमुळे तसेच मानवी संपर्कातूनही झपाट्याने पसरतो. थंडी, ताप, अस्वस्थता, थकवा ह्यांसारखी लक्षणे दिसतात आणि पहिल्या दिवशीच ती ओळखून उपचार झाले नाहीत तर ७० टक्के रोगी दगावतात. न्यूमॉनिक प्लेगचे प्रमाण त्यामानाने कमी असते. हा खोकला–शिंका आणि इतर मानवी संपर्कातून फैलावतो.

विशेषतः आशिया आणि आफ्रिकेतील हवेत प्लेगचे जंतू नैसर्गिकरीत्याही आढळत असल्याने त्यांचा उपयोग जैविक अस्त्र म्हणून, एअरोसोलच्या (फवारा) रूपात, सहजपणे केला जाऊ शकतो. खुद्द प्लेगचे रोगीच ह्याचे अतिशय प्रभावी वाहक असल्याने अशा व्यक्तींचा वापर होऊ शकतो. १९४० मध्ये चीनमध्ये अचानक प्लेग पसरला. कारण जपान्यांनी रोगवाहक पिसवांनी भरलेली पोतीच्या पोती तेथे विमानांतून मोकळी केली होती!!

योग्य उपचार वेळेत मिळाले तर प्लेगमुळे होणारा मृत्यू टाळता येतो हे खरे असले तरी त्यावर थेट काम करणारी प्रतिबंधक लस आजतरी अस्तित्वात नाही हेदेखील तितकेच सत्य आहे!

तुलारेमिया (**TULAREMIA**)

प्रत्येक जैविक अस्त्राने अल्पावधीत हजारो मृत्यू घडवून आणले पाहिजेत असेच काही नाही...त्यांमध्ये दडवलेला रोग अतिशय झपाट्याने आणि सहजपणे पसरत असेल तर, त्यापेक्षाही अधिक वेगाने, भीती पसरते आणि अशा हल्लेखोरांना तेही हवेच असते!! तुलारेमियाला रॅबिट फीवर किंवा डीअर फीवरही म्हणतात कारण तो ससे, हरीण तसेच उंदीर-वर्गीय प्राण्यांशी आणि त्यांच्यासंबंधातील कीटकांशी संपर्क आल्यामुळे पसरतो. तुलारेमिया-ग्रस्त व्यक्तींपैकी ५ ते १० टक्के व्यक्तींचाच मृत्यू होत असला तरी सर्वात सहजपणे संसर्ग घडवण्याची क्षमता ह्याच्या जंतूंमध्ये आहे. शिवाय ह्यावरही थेट लस नाही. ह्याचा अस्त्र रूपाने वापर झाल्याची एक नोंद १९४१ मधली आहे. स्टॅलिनग्राडच्या लढाईदरम्यान रशियनांनी ह्या जंतूमार्फत फार मोठ्या संख्येने जर्मन सैनिकांचा संहार घडवला असे तज्ञ सांगतात. वास्तविक तुलारेमिया - ऍँथ्रॅक्स प्रमाणे वर्गातील नाही, त्याचे गरम हवामानातील आयुष्यही कमी आहे परंतु रुग्णांना झोपून राहावे लागत असल्याने मनुष्यबळाची कमतरता ह्यामुळे निर्माण करता येते.

ससे किंवा हरणांसारखे गोंडस प्राणी इतके भयानक जंतू अंगावर वागवीत असतील ही कल्पनाच अस्वस्थ करते. पण यापुढे आपण

वाचणार आहात तो जीवाणू तर हवेतच असतो आणि त्याचे अस्तित्व कोणाला जाणवतदेखील नाही!!

बॉट्युलिनम टॉक्झिन (BOTULINUM[2] TOXIN)
ऍक्शन– आणि युद्धस्थितीवर आधारित कादंबऱ्या लिहिणारे जगप्रसिद्ध लेखक कै. ऍलिस्टर मॅक्लीन ह्यांची 'द सॅटन बग' नावाची कादंबरी आहे. जंतुयुद्धासाठी तयार केलेल्या विषाणूंच्या कुप्या चोरीला जाण्यावर ती आधारित आहे. संपूर्ण मानवजात नष्ट करण्याची क्षमता त्या कुप्यांमध्ये आहे कारण त्यांमध्ये बसलेला मुख्य खलनायक आहे बॉट्युलिनम टॉक्झिन.

कादंबरी म्हणजे अतिशयोक्ती असे समीकरण इथे लागू पडत नाही कारण बॉट्युलिनमची तेवढी 'कार्यक्षमता' आहे – एअरोसोल प्रकारातून फवारला जाणारा हा भयानक जंतू संपूर्णतः रंगहीन आणि गंधहीन असल्याने श्वासावाटे शरीरात घुसलेला आपल्याला कळणारही नाही! त्यानंतर फक्त १२ ते २४ तासांत नजर अंधुक होणे, उलट्या, गिळण्यास त्रास, श्वासावरोध आणि चक्क पॅरालिसिस (लकवा) अशांसारखी गंभीर लक्षणे दिसतात!! ह्यावर प्रतिबंधात्मक औषध आहे परंतु ते मिळवून घेण्यात जाणाऱ्या कालावधीतच ही लक्षणे त्याहीपेक्षा वेगाने पुढे सरकलेली असतात. ह्यामुळे अल्पावधीत ७० टक्क्यांवर पोहोचणारा मृत्युदर – व्हेंटिलेटरसारख्या उपकरणाचा वापर केल्यासच – खाली आणता येतो...परंतु सर्वभक्षी जैविक हल्ल्यात हा उपचार किती व्यक्तींना पुरवणार?! ह्या विषाणूबाबतची आपली मुख्य समस्या अशी आहे की ह्यामुळे चेतापेशींच्या कार्यावर परिणाम होऊन मेंदूच्या आज्ञा स्नायूंपर्यंत पोहोचण्याचे कामच थांबते. ह्यावर नवीन चेतापेशींची

निर्मिती एवढाच उपाय आहे आणि ह्याला कित्येक महिने लागतात. मध्यंतरी ह्यावर प्रतिबंधात्मक लस शोधली गेली पण तिच्या साइड इफेक्टसवर अद्याप उपाय सापडलेला नसल्याने तिचा फारसा वापर होत नाही.

बॉट्युलिनमचा संचार सर्वत्र असतो - नदीतल्या गाळापासून झाडावरच्या फळांपर्यंत. अर्थात ह्या स्थितीत तो विषारी नसतो, विशिष्ट परिस्थितीतच त्याची अशी घातक वाढ होते. परंतु त्याची विध्वंस-क्षमता, उपलब्धता आणि त्यावरील प्रतिबंधात्मक उपायांचा अभाव ह्या बाबींमुळे अनेक अतिरेकी गटांमध्ये बॉट्युलिनम जंतुयुद्धासाठी आदर्श मानला जातो!

भातावरच्या करप्या रोग (RICE BLAST)

हे शीर्षक वाचून काहींना शंका येईल की जंतुयुद्धामध्ये हा शेतीविषयक मजकूर चुकून छापला गेला की काय?! परंतु जरा तिरका विचार केला तर दिसेल की देशाचे रक्षण सीमेवरील सैनिक करीत असले तरी त्यांना वेळेवर आणि पुरेशी रसद पाहोचणे – दारुगोळ्याइतकेच – महत्त्वाचे असते. सैन्याच्या दृष्टीने असलेले रसदपुरवठ्याचे महत्त्व नेपोलियनपासून शिवाजी महाराजांपर्यंत सर्वांनीच ओळखले होते. किल्ल्याभोवती वेढा घालून आतील लोकांचे अन्नपाणी तोडले की त्यांना शरण यावे लागते हे तर जगभरातील अनेक लढायांमध्ये सिद्ध झालेले तत्त्व आहे! याच संकल्पनेचा आधुनिक आविष्कार म्हणजे अतिरेक्यांमार्फत केला जाणारा पिकांवरील किडींचा उपयोग. ही रणनीती फक्त जहालमतवादीच नव्हे तर प्रस्थापित सरकारेही एकमेकांविरुद्ध वापरतात. ह्यामुळे संबंधित राष्ट्रातील लोकांना खाण्यासाठी पुरेसे धान्यच न उरल्याने तेथील अंतर्गत सामाजिक व राजकीय अनिश्चितता आणि अशांतता वाढते तसेच त्याचे आर्थिक गणितही

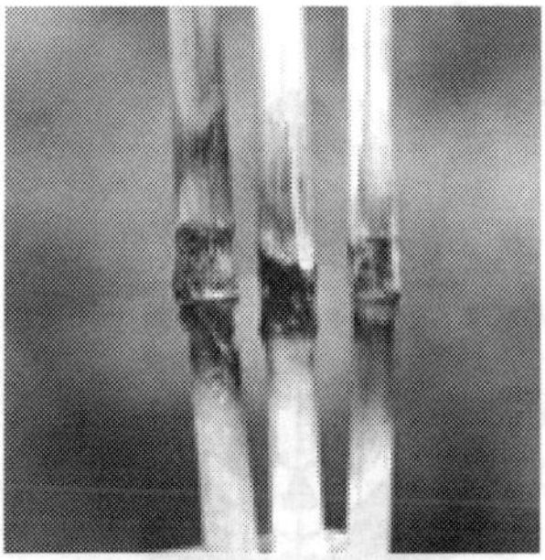

भातपिकाची कुजणारी देठे

कोलमडते. रशिया आणि अमेरिका ह्यांसहित इतरही अनेक देशांनी महत्त्वाच्या पिकांवरील किडींचा गाढा अभ्यास केला असून त्या 'ज्ञाना'चा ते केव्हाही वापर करू शकतात. शिवाय आर्थिक दृष्ट्या सोयीस्कर आणि लाभदायक असल्याने एकच पीक मोठ्या प्रमाणात घेण्याची प्रथा गेल्या काही दशकांत रुजली आहे. अशा पिकावर एकाच जबरदस्त किडीचा मारा करून ते होत्याचे नव्हते करणे अधिकच सहजशक्य झाले आहे.

पायरिक्युलॅरिया ओरिझी (उर्फ गॅग्नापोर्ट ग्रिसिया) ह्या बुरशीद्वारे पसरणारा राइस ब्लास्ट उर्फ भातावरील करप्या रोग हे असेच एक प्रभावी जैविक अस्त्र म्हणता येईल. हा रोग फार लवकर पसरतो. पानांवर चट्टे उठून ती वाळतात आणि बरेचदा रोपे मोडून पडतात. परिणामी उत्पादन घसरते आणि त्याचा दर्जाही. बरे ह्या बुरशीच्या तब्बल २१९ उपजाती असल्याने बुरशीरोधक क्षमता असलेले बियाणे वापरूनही फारसा उपयोग होत नाही! ह्यामुळे – इतर जैविक अस्त्रांमुळे मरतात तशी – माणसे मरणार नाहीत हे खरे असले तरी शेतीवर अवलंबून असलेल्या गरीब देशांवर हा प्रयोग

झाल्यास त्यांची विस्कटलेली सामाजिक आणि आर्थिक घडी पूर्वपदावर येण्यास कित्येक वर्षे लागू शकतात! कटिबंधीय देशांमध्ये, विशेषतः आशिया खंडात, भातपिकाला किती महत्त्व आहे हे आपण जाणतोच. बीबीसीवरील एका माहितीनुसार अमेरिकेने (जैविक अस्त्रांवरील निर्बंध लागू होण्याआधी) एक टनभर बुरशी तयार ठेवली होती – आशियाई देशांतील तांदुळावर फवारण्यासाठी!!

पाळीव प्राण्यामार्फत पसरवता येण्याजोगे रोग –
रिंडरपेस्ट (गुरांचा रोग RINDERPEST)

१३ व्या शतकात चेंगीजखानाने युरोपवर आक्रमण केले तेव्हा त्याच्या ताफ्यातील गुरांनी आपल्यासोबत एका भयानक आजाराचे विषाणू आणले...ते आजही युरोपात टिकून आहेत आणि जगभर पसरलेही आहेत! रिंडरपेस्ट हा जर्मन शब्द आहे व त्यानेच हा रोग ओळखला जातो. हा आजार विलक्षण सांसर्गिक असून गाईगुरे व बकऱ्यांमध्ये भूक मंदावणे, ताप, अतिसार अशी लक्षण लगेचच दिसतात आणि रोगग्रस्त जनावरे ६ ते १० दिवसांत शरीरातील पाण्याचे प्रमाण कमी झाल्याने (डीहायड्रेशन) मरतात. आज हा रोग आटोक्यात आलेला दिसत असला तरी कॅनडा व अमेरिकेत त्यावर ज्या 'गांभीर्याने' संशोधन चालू आहे ते पाहता..?

सगळीच जैविक वा रासायनिक अस्त्रे पूर्वीपासून अस्तित्वात आहेत असे नाही. काळाच्या ओघात विषाणूदेखील स्वतःमध्ये बदल घडवून आणतात (डासांचे उदाहरण घ्या – १९७० ते ८० च्या काळात 'डीडीटी' ह्या रसायनाच्या फवारणीने जगभरात डासांचा प्रचंड संहार घडवता आला पण पुढील दशकातच डास

त्याला दाद देईनासे झाले). पाळीव प्राणी आणि माणसांच्या निकट संपर्कातून विषाणूंच्या ह्या नव्या प्रजातींचा झपाट्याने प्रसार होऊ शकतो.

निपा (NIPAH) व्हायरस हे असेच एक उदाहरण आहे. मलेशियातील निपा प्रांतात सन २००० मध्ये ह्याचा उद्रेक झाला आणि २६५ रोगग्रस्तांपैकी १०५ लोक अल्पावधीतच मरण पावले. हा रोग पाळीव डुकरांमधून पसरल्याचा आणि निपा विषाणू नैसर्गिकरीत्या वटवाघळांमध्ये राहात असल्याचा प्राथमिक अंदाज आहे. ह्याला तूर्त 'C' वर्ग दिला गेला असला तरी ५०% पेक्षा अधिक मृत्युदर, सहज प्रसार आणि प्रतिबंधात्मक लस नसणे ह्यामुळे अतिरेकी ह्याकडे आकर्षिले गेले नाहीत तरच नवल!

ह्यांखेरीज ‘मॅड काऊ’ सारख्या रोगांची नावेही आपल्याला माहीत असतात. गाईगुरे आणि कोंबड्या ह्यांचा वापर जगभर खाण्यासाठी मोठ्या प्रमाणात केला जातो. त्यांच्यामार्फत विविध रोग पसरवणे सहजशक्य आहे. आणखीही एका नव्या ‘संशोधना’चा उल्लेख करायला हवा - आजचे युग जनुकीय परिवर्तनाचे (जेनेटिक मॉडिफिकेशन) आहे. निसर्गात मूलतः असलेल्या प्राण्यांची जनुकीय वैशिष्ट्ये एकत्र करून ‘नवनिर्मिती’ करण्यासंबंधीच्या अभ्यासाला गेल्या दहावीस वर्षांत महत्त्व आले आहे. ‘ज्युरासिक पार्क’ हे ह्याचे एक सर्वज्ञात उदाहरण म्हणता येईल! शरीरविज्ञान आणि वैद्यकशास्त्राला ह्याचे मोठे सहाय्य होत असले आणि मानवी आयुष्य सुखाचे बनणार असले तरी हे संशोधन चुकीच्या प्रवृत्तीमधून केले गेल्यास किंवा त्याचा गैरवापर झाल्यास भयंकर

परिणाम होऊ शकतात. मानवनिर्मित रोगजंतूंनी मानवाचाच बळी घेतल्याच्या ह्या संकल्पनेवर आधारित अनेक हॉलिवूडपट व कथाकादंबऱ्या आहेत (स्पीसीज्, द एँड्रोमीडा स्ट्रेन इ.) त्यामुळे ह्यावर अधिक लिहिण्याची गरज वाटत नाही.

अणूचा भेद करण्यापासून मंगळावर माणूस पाठवण्यापर्यंतचे अनेक बेत माणसाने आखले आणि गेल्या पन्नासएक वर्षांत त्यांपैकी बरीचशी उद्दिष्टे प्रत्यक्षात आणलीही. स्वतःसाठी जग अधिकाधिक अनुकूल आणि सुखाचे बनवण्यासाठी ही सगळी धडपड चालू आहे हे खरे...परंतु मानव ह्या दिशेने वाहावत गेल्याने आता त्याच्या हाती असलेले हे एकमेव जगच नष्ट होण्याची वेळ आली आहे! प्रत्येकाने ही बाब गंभीरपणे ध्यानात घेणे आज अपरिहार्य बनले आहे.

■■■■

१२

परिपूर्ण रडार यंत्रणा आता सेलफोनमध्ये

इलेक्ट्रॉनिक्स, सूक्ष्मतंत्रज्ञान (नॅनोटेक्नॉलॉजी) आणि ह्या दोन्ही शाखांचा सेंद्रीय सृष्टीशी झालेला संयोग ह्यांमुळे जगभरातील प्रत्येकाचे जीवन इतक्या वेगाने बदलले आहे, बदलते आहे की आजचे हे विलक्षण जग दोनशे तर सोडाच शंभर वर्षांपूर्वीच्या माणसालाही ओळखणे अवघड जाईल. बदलांचा हा वेग येत्या पाचदहा वर्षांत अधिकच वाढणार आहे. तो अधिक सर्वव्यापी तर होईलच पण ज्या पैलूंमध्ये बदल दिसण्याची आपण कल्पनाही केली नव्हती अशा ठिकाणी तो आढळेल हे महत्त्वाचे. बदलांचा आढावा घेण्याचे काम मोबाइल फोन म्हणजेच सेलफोनपासून सुरू करणेच योग्य ठरेल, नाही का? कारण 'जगातील सर्वाधिक वेगाने विकसित होणारे आणि सर्वदूर पसरलेले इलेक्ट्रॉनिक साधन' असा आपला लौकिक सेलफोनने आजही टिकवून धरला आहे. मोठमोठ्या शहरांतच काय पण लहान गावांमधूनही डेस्कटॉप कॉंप्यूटर वेगाने दिसेनासा होतो आहेच. संगणक आणि इंटरनेट ह्यांचा संयोग असलेल्या स्मार्टफोन (आणि त्याचेच प्रगत रूप असलेला टॅबलेट पीसी) मार्फत वापरकर्त्याला मिळू शकणाऱ्या सुविधांना अक्षरशः गणतीच राहणार नाही! अशा रीतीने सर्व बाबी बसल्याजागी, तेसुद्धा २४ x ७ हाताळता येण्याचे प्रतिबिंब आपल्या जीवनाच्या सामाजिक, शैक्षणिक, व्यावसायिक पैलूमध्ये

दिसेल. त्यांच्या किमतीही आटोक्यात येऊ लागल्या आहेत. स्मार्टफोनचे चित्र आणि आवाज अतिशय सुस्पष्ट असतो. विविध ॲप्लिकेशन्स उर्फ 'ॲप्स'द्वारे ते असंख्य कामे सटासट हातावेगळी करू शकतात, अगदी रस्ता चुकलेल्या वाहनचालकाला योग्य नकाशा पुरवण्यापासून संगीताच्या मैफिलीत तानपुऱ्याची साथ करण्यापर्यंत, सर्व प्रकारचे फोटो काढून तत्काळ पाठवण्यापासून वापरकर्त्याला इंटरनेट टीव्ही दाखवण्यापर्यंत...

परतु गेल्या दोनतीन वर्षांत, स्मार्टफोनच्या सर्वसामान्य

वापरकर्त्यांप्रमाणेच संशोधकांनाही, असे जाणवू लागले आहे की स्मार्टफोन्सचे उत्पादन करणाऱ्या कंपन्यांची आणि त्यांनी बाजारात आणलेल्या मॉडेल्सची संख्या वाढत असली तरी त्यांमधून खरोखरीच नवी, अभूतपूर्व सेवा–सुविधा पुरवली जात नाहीये! म्हणजे असे की सर्वच स्मार्टफोन्समध्ये कॅमेरा, वेब, जीपीएस, संगीत, गेम्स आणि विविध ॲप्स असतात – पुढे काय? आपल्या दैनंदिन जीवनात आवश्यक असलेली आणखी एखादी गरज पूर्ण करण्याचे काम कोणता स्मार्टफोन करू शकतो? स्मार्टफोनने आज सर्वांच्या आयुष्यातील विविध अंगांना स्पर्श केला आहे आणि हे साहजिक आहे कारण त्यामध्ये समाविष्ट असलेली नाना प्रकारची 'ॲप्लिकेशन्स' उर्फ ॲप्स.

'रडार' हा शब्द बहुतेक सर्वांच्याच परिचयाचा आहे. 'प्रक्षेपकासमोर जेवढ्या वस्तू असतील त्यांचे स्थान प्रतिमारूपाने

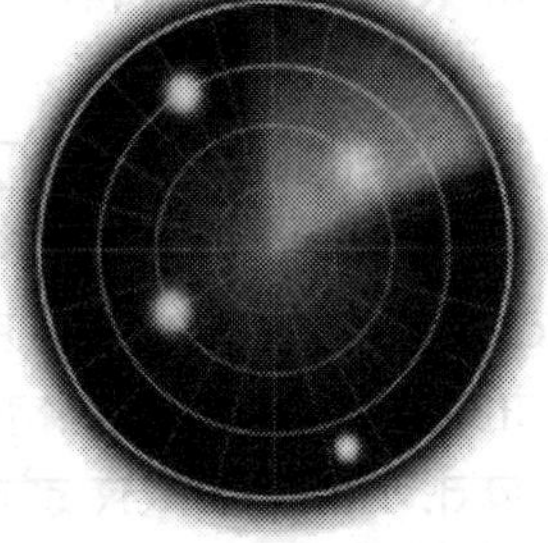

पडद्यावर दाखवणारे साधन म्हणजे रडार' असे ह्याचे अगदी ढोबळमानाने वर्णन करता येईल. युद्धामध्ये केला जाणारा रडारचा वापर सर्वांनाच माहीत आहे. अर्थात ह्या तंत्राच्या काही मर्यादाही आहेत, उदा. अगदी कमी उंचीवरून उडणारे छोटे विमान किंवा निश्चितपणे परंतु अत्यंत मंदगतीने पुढे जाणारे एखादे वाहन ह्याच्या नजरेतून निसटू शकते. त्याचप्रमाणे नव्या प्रकारचा रंग दिलेली 'स्टेल्थ' विमाने रडारला दिसूच शकत नाहीत इ. इ. पण असे असले तरी रडारचे उपयोगही चिकार आहेत, फक्त युद्धातच नाही

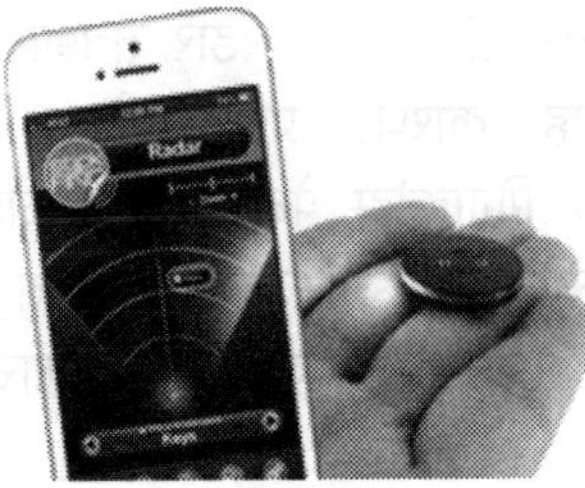

तर औद्योगिक तसेच काही दैनंदिन व्यवहारासंबंधीच्या क्षेत्रांमध्येही! त्यासाठी हे तंत्र अधिक व्यावहारिक बनण्याच्या दृष्टीने एक पाऊल नुकतेच पुढे टाकले गेले आहे, स्मार्टफोनमध्ये बसवण्याजोगी बोटाच्या नखाएवढी रडार चिप!

सध्या तरी ही रडार चिप 'जगातील सर्वात परिपूर्ण आणि सर्वात छोट्या आकाराची' ठरली आहे. हिचा आकार आहे फक्त ८ x ८ मिमी., १२० गिगाहर्ट्झ् फ्रीक्वेन्सीवर चालणारी ही प्रणाली सुमारे १० फुटांवर असलेल्या वस्तूचे स्थान अत्यंत अचूक म्हणजे +/- १ मिमीपर्यंत सांगू शकते. शिवाय, डॉप्लर इफेक्टचा (रेडिओ, ध्वनि किंवा प्रकाश-तरंगांचे उगमस्थान आणि निरीक्षक ह्यांमधील अंतर बदलत असल्यास मूळ फ्रीक्वेन्सी आणि त्या त्या वेळी मोजली जाणारी फ्रीक्वेन्सी ह्यांमध्ये फरक आढळतो. ही बाब डॉप्लर ह्या शास्त्रज्ञाने शोधली.) वापर केलेला असल्यामुळे, हलत्या वस्तूंचे स्थान आणि वेगदेखील हे रडार सांगू शकते.

जर्मनीतील फ्रँकफर्ट शहरातील 'आयएचपी मायक्रोइलेक्ट्रॉनिक्स' ह्या संस्थेद्वारे बनवल्या जाणाऱ्या ह्या रडार चिपसाठी युरोपिअन युनियनने ३ दशलक्ष युरो अर्थसहाय्य देऊ केले आहे. सिलिकॉनवर आधारित आणि मायक्रोचिपवर बसवता येणाऱ्या (SoC- सिलिकॉन-ऑन-चिप) रडार तंत्रज्ञानामध्ये ही चिप अव्वल नंबर आहे कारण, प्रा.ख्रिस्तोफर श्येट्र ह्यांच्या सांगण्यानुसार,१०० गिगाहर्टझ् पेक्षा जास्त फ्रीक्वेन्सीवर काम करणाऱ्या रडार सिस्टिम्स अस्तित्वात आहेत परंतु इतक्या छोट्या आकाराची, १२० GHz वर काम करणारी, परवडणाऱ्या

किमतीची आणि तरीही इतकी परिपूर्ण अशी ही पहिलीच रडार-यंत्रणा आहे.

इतकी छोटी तरीही परिपूर्ण सिस्टिम बनवण्यासाठी संशोधकांना अर्थातच ३ वर्षे भरपूर कष्ट करावे लागले. मुख्य प्रश्न होता ऍंटेनाचा! कारण ही यंत्रणा एखाद्या इतर उपकरणाच्या आत बसवायची असल्याने दृश्य स्वरूपातील बाह्य ऍंटेना पुरवणे शक्यच नव्हते. शिवाय इलेक्ट्रॉमॅग्नेटिक रेडिएशनचे प्रमाण काबूत ठेवणे गरजेचे होते अन्यथा इतर साधनांच्या कामात त्यामुळे अडथळे आले असते. हवामान किंवा तत्सम इतर कारणांमुळे रडारला मिळणारे सिग्नल तुटत नाहीत हे देखील पाहणे अत्यावश्यक होते. हे सर्व अडथळे दूर करण्यासाठी त्यांनी विविध प्रकारच्या छोट्या (अंतर्गत उर्फ 'बिल्ट-इन') ऍंटेनांची चाचणी तर घेतलीच शिवाय संभाव्य समस्या स्वतःच शोधणारी एक 'सेल्फ-टेस्ट' यंत्रणाही ह्या चिपमध्ये बसवली.

छोटा आकार, परिपूर्णता आणि कमी उत्पादनखर्च (सव्वा डॉलर म्हणजे सुमारे ८० रुपये) ह्या वैशिष्ट्यांमुळे ही रडार चिप मोटारींमधील विविध यंत्रणा, दरवाजे आपोआप उघडणाऱ्या प्रणाली, रोबोटिक्स, औद्योगिक उपकरणे आणि (अर्थातच)

स्मार्टफोनमधल्या 'ॲप्स'साठी उपयुक्त ठरू शकते. अल्ट्रासॉनिक सेन्सर्सऐवजी देखील ही वापरता येईल. त्यानुसार संबंधित क्षेत्रांतल्या विविध अग्रगण्य उत्पादकांशी बोलणी सुरू झाली आहेत.

■■■■

१३

सर्वसामान्यांपर्यंत पोहोचणारे सायबर हल्ले

वाचकांपैकी कोणी विचारेल ही तर अत्युच्च स्तरावरची आंतरराष्ट्रीय हेरगिरी आहे – तिच्याशी माझ्या सेव्हिंग्ज बँक खात्याचा काय संबंध? तर त्याचे उत्तर असे की आज नसला तरी उद्या येईल!!

सध्या कॉंप्यूटर, इंटरनेट, स्मार्टफोन ह्यांखेरीज कोणाचे पान हलेनासे झाले आहे. वैयक्तिक तसेच सार्वजनिक आणि सरकारी पातळीवरही 'इ–' उर्फ इलेक्ट्रॉनिक सुविधांवर जोर दिला जात असल्याने माहिती तंत्रज्ञानावर संपूर्ण कामकाज अवलंबून राहण्याचे दिवस आले आहेत. ह्याचाच अपरिहार्य परिणाम म्हणजे नेट वर म्हणजेच सायबर–सुविधांवर होणारे हल्ले आणि घुसखोरी वाढते आहे. ह्याबाबत हॅकिंग हा शब्द सर्वसाधारणपणे वापरला जातो. हे सायबर गुन्हेगार वापरकर्त्याची माहिती चोरून तिचा गैरवापर करतात, ती इतरांना पुरवतात वा विकतात आणि मुख्य म्हणजे आर्थिक फसवणुकीचे गुन्हे करतात. ह्याबाबतच्या बातम्या आपण दररोज वाचतोच. ह्यापुढची पायरी म्हणजे संगणकीय प्रणालींमध्ये घुसणे. हे करणार्यास क्रॅकर म्हणतात (क्रिमिनल हॅकर CRiminal hCKER). क्रॅकर संगणकीय प्रणालीत घुसतात, सेवासुविधांच्या पुरवठ्यात व्यत्यय आणतात, माहिती चोरतात तर काहीवेळा मूळ माहितीच्या जागी भलतीच माहिती भरून गोंधळ उडवतात! काही क्रॅकर्सचे वैशिष्ट्य म्हणजे प्रणालीमध्ये विषाणू (व्हायरस) किंवा वर्म्स सोडणे, वैयक्तिक

वापरकर्त्यांना नेट वरून त्रास देणे, औद्योगिक सायबर–घातपात करणे किंवा कंपन्यांची बदनामी करणे. नेटवर हजारोंच्या संख्येने अगदी चकटफू उपलब्ध असणाऱ्याही विविध सॉफ्टवेअर्सचा वापर ह्या उद्योगासाठी क्रॅकर्सकडून केला जातो. सॉफ्टवेअर्स दिवसेंदिवस अधिक कार्यक्षम, कार्यपद्धतीमध्ये लवचिक आणि यूझर फ्रेंडली होत असल्याने ही बाब देखील क्रॅकर्सकडून हुषारीने वापरली जाते.

'युद्धस्य कथा रम्या...' असे एक वचन आपल्याकडे आढळते. युद्धतंत्र, त्याचे परिणाम, धोरणे इ. बद्दल चर्चा करायला बहुतेकांना आवडते कारण पारंपारिक मार्गाने छेडलेले युद्ध सामान्य माणसाच्या घरापर्यंत येण्याची शक्यता कमी असते – किंवा कमी होती असे म्हणू कारण सायबर तंत्रज्ञानामुळे जग जवळ आले आहे तसेच युद्धही! आणि ह्या मार्गाने सार्वत्रिक भीती किंवा अनिश्चितता पसरवण्याला आपल्या दररोजच्या व्यवहारांतील अनेक स्मार्ट साधने कारणीभूत ठरू शकतात. हे विधान वाचून काहींना आश्चर्य वाटेल परंतु नजीकच्या भविष्यात असे घडण्याची बरीच शक्यता आहे आणि एक नवे 'कुरुक्षेत्र' घरोघरी आकाराला येत आहे...!

इंटरनेट ऑफ थिंग्ज (IoT) हा शब्दप्रयोग काही वाचकांना माहीत असेल. जगातील, खासकरून ग्राहकोपयोगी वस्तूंच्या क्षेत्रातील, बहुसंख्य इलेक्ट्रॉनिक साधने व प्रणाली एकमेकांना जोडलेल्या असणे आणि त्यांनी मानवी हस्तक्षेप वा मार्गदर्शनाखेरीज एकमेकींशी 'बोलून' लहानमोठी कामे परस्पर करणे अशा शब्दात ही संकल्पना साधारणपणे मांडता येईल. मोठमोठ्या मॉलमधील विक्रीच्या वस्तूंवर आढळणारे बारकोड किंवा रेडिओ फ्रीक्वेन्सी आयडेंटिफिकेशन (RFID) टॅग्ज, QR (क्विक रेकग्निशन) कोड्स, मोबाइलचा स्क्रीन स्कॅनरसमोर धरला की आपोआप केले जाणारे मोबाइल पेमेंट, कारमधील जीपीएस व ब्ल्यूटूथ अशी काही ह्या संकल्पनेची उदाहरणे आहेत. आता स्मार्ट वस्तू स्वयंपाकघरापर्यंत पोहोचल्याने फ्रीज, ओव्हन, वॉशिंग मशिन ह्यांसारखी उपकरणेही – वापरकर्त्याच्या स्मार्टफोनच्या किंवा थेट 'क्लाउड'च्या – संपर्कात राहून अनेक निर्णय परस्पर घेतात. ग्राहक आणि वापरकर्त्याला अधिकाधिक सुविधा पुरवण्यासाठी हे केले जात असले तरी नेमकी हीच बाब सायबर अतिरेक्यांच्या पथ्यावर पडू शकते कारण एकदा क्लाउड किंवा संगणकीय प्रणालीच्या विशिष्ट भागावर ताबा मिळाला की त्या माध्यमातून अशा वस्तूंच्या कामकाजात गोंधळ उडवणे त्यांना सहजशक्य असते.

घरगुती वापरातील गॅजेट्सप्रमाणेच विविध औद्योगिक यंत्रणा आणि इतर वस्तू अगदी वाहनेसुद्धा आता इंटरनेट ऑफ थिंग्ज चा वापर करीत आहेत, करणार आहेत...परंतु ह्या इलेक्ट्रॉनिक सुविधा त्या प्रमाणात सुरक्षित केलेल्या नाहीत असे बऱ्याच तज्ज्ञांचे म्हणणे आहे. आता कल्पना करा की विविध वाहनांच्या नियंत्रण प्रणालीत घुसवलेला विषाणू अपघात घडवून आणू शकतो, वाहने मध्येच थांबवू शकतो किंवा त्यांना भलतीकडेच पोहोचवू शकतो! नेट च्या सहाय्याने औद्योगिक उत्पादनाच्या आणि वितरणाच्या साखळीत मोठे बदल घडवणे अतिरेक्यांना शक्य आहे. अगदी घराघरांतील स्मार्ट उपकरणांना ह्या मार्गाने एकाचवेळी बुद्धू बनवता येईल. इ-शासन, पेमेंट गेटवे अशा यंत्रणांवर ताबा मिळवून सार्वजनिक व्यवस्था अपंग केल्या गेल्याने समाजात केवढी मोठी भीतीची, गोंधळाची व असुरक्षिततेची भावना पसरवता येईल हे ध्यानात घ्या! आणि सायबर अतिरेक्यांचा हेतू बहुधा हाच असेल, लष्करी तळांवर हल्ला चढवण्याच्या भानगडीत ते पडणारच नाहीत असा काही सायबर आणि संरक्षण तज्ज्ञांचा अंदाज आहे. कारण लष्करी किंवा अत्युच्च गोपनीयता राखल्या जाणाऱ्या सरकारी आस्थापनांमध्ये तुल्यबळ संरक्षक यंत्रणा स्थापित असू शकते मात्र नेट-आधारित घरगुती वा अर्ध-सार्वजनिक सुविधांमधील संरक्षक यंत्रणा तितकी प्रबल असेलच असे नाही.

नवतंत्रज्ञानाच्या वाढत्या प्रसारामुळे आणि त्यामुळे मिळणाऱ्या सुखसोयींबरोबरच ते वापरण्यामधील संभाव्य धोकेही वाढले आहेत. २०१३ मधील एका आकडेवारीवरून असे दिसते की ७३ टक्के अमेरिकन नागरिक त्यांच्या आयुष्यात एकदा तरी सायबर

गुन्हेगारीची शिकार झाले आहेत, विशेषतः क्रेडिट कार्डशी संबंधित आर्थिक व्यवहारांमध्ये. हेच प्रमाण चीनमध्ये तब्बल ८३ टक्के तर भारत आणि ब्राझीलमध्ये सुमारे ७६ टक्के आहे.

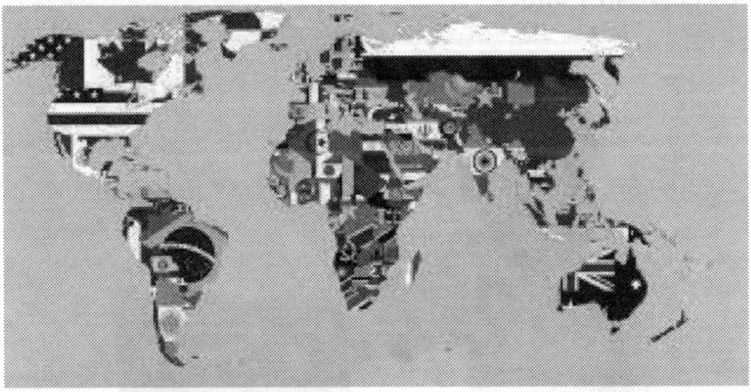

शरीरावर चढवून अथवा शरीरात बसवून वापरण्याच्या छोट्या गॅजेट्सचा वापर दिवसेंदिवस वाढतो आहे. ऍपल स्मार्टवॉच, गूगल गॉगल्स ही त्यांची ठळक उदाहरणे आहेत. ह्या वेअरेबल टेक्नॉलॉजी ला (म्हणजेच त्यांच्या वापरकर्त्यांना) देखील अशा सायबर अतिरेक्यांपासून धोका असू शकतो. डिनायल ऑफ सर्व्हिसेस प्रकारच्या हल्ल्याला तोंड देता येईल ह्याबाबत शंका नाही... प्रत्यक्ष मोठ्या प्रमाणात सायबर युद्ध होण्याची शक्यता सामान्य माणसाच्या दृष्टीने नजीकच्या शक्यतेमध्ये गणली जात

नसली तरीही आपल्या रोजच्या वापरातील इलेक्ट्रॉनिक साधने, आपली गाडी फार काय आपले घरच आपल्याविरुद्ध काहीतरी – न दिसणारा – कट शिजवीत असल्याची भावना अस्वस्थ करणारी असेल हे नक्कीच! ह्यातील 'न दिसणारा' हे शब्द महत्त्वाचे आहेत कारण पारंपारिक युद्धात शत्रू किंवा त्याने केलेल्या हल्ल्याचा स्त्रोत चक्क समोर दिसतो किंवा निदान अल्पावधीत शोधून काढता येतो. नेट ची सगळी दुनियाच आभासी (व्हर्चुअल) असल्याने सायबर अतिरेकी जगाच्या कोणत्या कोपऱ्यात बसून कोणत्या देशातील घातपाताची सूत्रे हलवीत आहेत हे सांगणे फार अवघड आणि वेळखाऊ काम आहे.

देशांतर्गत तसेच आंतरराष्ट्रीय पातळीवर काम करणाऱ्या अतिरेकी संघटना, गुन्हेगार आणि ह्याप्रकारचे उद्योग करणार्या टोळ्यांना संगणकीय प्रणालींचा चांगलाच फायदा होतो, वेळ वाचतो, मनुष्यबळ वाचते, एखादी आंतरराष्ट्रीय सीमा ओलांडताना उद्भवणारे संभाव्य धोके टळतात कारण बरीचशी कामे एका ठिकाणी बसूनच होऊ शकतात. ओसामा बिन लादेनच्या कामाचे

बरेचसे जाळे इंटरनेटच्या महाजालाद्वारेच विणले गेले होते. ह्यासाठी स्वतःचा (किंवा बनावट नावावर असलेला) अकाउंट वापरण्याचीही दरवेळी गरज नसते. सध्या अस्तित्वात असलेली इमेल खाती, वेबसाइट्स, ब्लॉग्ज ह्यांचाही वापर ते खुबीने करून घेतात. वेबवरून सर्वाधिक पाहिले व शोधले जाणारे विषय म्हणजे नोकरी, सेक्स व पोर्नोग्राफी आणि क्रीडा. ह्यासंदर्भातील लोकप्रिय साइट्सवर दाखवल्या जाणाऱ्या जाहिरातींमधून देखील हे हुषार लोक चक्क गुप्त माहितीची देवाणघेवाण करीत असतात! कशी? तर इंटरनेटवरील 'प्रायव्हसी ग्रुप्स' द्वारे स्थापित 'एनक्रिप्शन प्रोग्रॅम्स' उर्फ संकेतनविषयक सॉफ्टवेअर्स वापरून. अशा प्रकारच्या टेक्स्ट मेसेजेस मधून पुढील बैठकीचे स्थळ, महत्त्वाच्या सूचना अशांसारख्या बाबी संबंधितांना कळवल्या जातात. नकाशे आणि छायाचित्रेही पाठवली जातात मूळ पृष्ठावर असलेल्या छायाचित्रांत वा आकृतींमध्ये, ठिपक्यांच्या स्वरूपात, ती बेमालूमपणे मिसळलेली असतात. संबंधितांच्या संगणकामध्ये ह्या संकेतनाचा अर्थ लावणारे सॉफ्टवेअर बसवलेले असते. त्यामुळे, महाजालाच्या इतर सर्वसामान्य वापरकर्त्यांच्या दृष्टीला कधीच पडू न शकणारी, माहिती पोहोचवणे अत्यंत सुलभ बनते. आपण सर्वांनीच संगणकयुग अवतरण्यापूर्वीच्या काळातील गुप्तहेर कथा वाचलेल्या आहेत त्यामधील 'जासूस' च्या हाती पडलेल्या लेखी निरोपातील दर तिसरा किंवा पाचवा (किंवा असाच कोठलातरी) शब्द लक्षात घेतला की त्यातून, फक्त त्याच्यासाठीच लिहिलेला, विशिष्ट सुसंगत संदेश उघड होत असे. तसेच आहे हे! रस्ता आणि जाण्याचे ठिकाण तेच आहे, फक्त वाहन बदलले आहे! (अतिरेक्यांच्या हाती असलेल्या नवतंत्रज्ञानाबाबतची अधिक

माहिती वेगळ्या प्रकरणात दिली आहे)

एनसीआरबी (नॅशनल क्राइम रेकॉर्ड ब्यूरो) कडील माहितीनुसार, देशात सध्या अंदाजे ३० कोटी २० लाख लोक विविध कारणांसाठी इंटरनेटचा नियमित वापर करतात. या वर्षी (२०१४) त्यात वाढ होऊन वर्षअखेर देशातील सुमारे २४ टक्के जनता इंटरनेटचा वापर करेल असा अंदाज आहे. गरजेपासून चैनीपर्यंतच्या अनेकविध वस्तूंची खरेदी, पारंपारिक दुकानांप्रमाणेच, ऑनलाइन करण्याचा कल सध्या वाढतो आहे हे आपण पाहतोच. जून २०१५ मध्ये तर तब्बल ४ कोटी रुपयांच्या ओनरशिप फ्लॅटचाही व्यवहार संपूर्णपणे नेटवरून पार पडला. म्हणजेच ऑनलाइन आर्थिक व्यवहारामध्ये भरमसाट वाढ झाली आहे. परिणामी, ऑनलाइन फसवणूक करणाऱ्यांचाही सुळसुळाट वाढला आहे. देशभरातील ऑनलाइन फसवणुकीच्या गुन्ह्यांमध्ये गेल्या वर्षी साडेतीनशे टक्के वाढ झाली आहे. गेल्या वर्षी देशभरात नोंदविलेल्या सुमारे साडेपाच हजार गुन्ह्यांमध्ये सव्वातीन हजार आरोपींना अटक करण्यात आली आहे. 'आयटी ॲक्ट'अंतर्गत गेल्या वर्षी अटक करण्यात आलेल्या आरोपींची संख्या महाराष्ट्रात सर्वांत जास्त (४२६) असून त्यानंतर आंध्र प्रदेश (२९६) व उत्तर प्रदेश (२८३) चा क्रमांक लागतो. संपूर्ण महाराष्ट्रात गेल्या तीन

वर्षांत आयटी ॲक्टअंतर्गत नोंदविलेल्या सायबर गुन्ह्यांत ५० टक्के वाढ झाली असून, आयपीसीअंतर्गत राज्यभरात नोंदविलेले सायबर गुन्हे दीडशे टक्क्यांनी वाढले आहेत.

फसवणूक करण्यासाठी माहिती तंत्रज्ञान अनेक मार्गांनी वापरता येते हे उघडच आहे. सध्या इ-मेल्सद्वारे होणाऱ्या ऑनलाइन फसवणुकीची संख्या वाढली आहे. व्यक्तीचे इ-मेल अकाउंट हॅक करून संवेदनशील माहिती चोरली जाते. मॉल्स किंवा हॉटेल्समध्ये उपलब्ध असणारे ओपन वाय-फाय नेटवर्क (तुमच्यामाझ्याप्रमाणेच चोरट्यांनाही मिळत असल्याने) ते तुमच्या मशिनमध्ये सहज प्रवेश करतात व तुमच्या मशिनचा 'आयपी ॲड्रेस' किंवा मोबाईलचा 'आयएमईआय' क्रमांक चोरून त्याचा गैरवापर गुन्ह्यांमध्ये केला जातो. नायजेरिया, अमेरिका, इटली, ब्राझील, चीन आदी देशांमधून सायबर गुन्हेगार मोठ्या प्रमाणात सक्रिय असल्याचे आपण वाचले आहेच. लक्षात ठेवा, मोबाईलचे सिम कार्ड व ई-मेल अकाउंट या आपल्या मास्टर कीज आहेत, त्यांचा वापर सावधगिरीने आणि डोळे उघडे ठेवून करा.

■■■■

१४

बालगुन्हेगार आणि सायबरविश्व

आमचा पप्पू ना कॉंप्यूटर अगदी सोडत नाही पहा, काय एवढं करत असतो कोण जाणे! आमची पिंकी स्मार्टफोनवरच सगळी खरेदी फटाफट करते बघा...आमच्या राजूला न नेट नसेल तर अगदी अस्वस्थ व्हायला होतं, दिवसभर नेटवरच असतो बघा तो! अशा प्रकारची वाक्ये आपण ऐकत असाल (किंवा स्वतःच म्हणत असाल) तर पप्पू, राजू आणि पिंकीचे काही खरे नाही हे खुशाल समजा. त्यांना संगणकीय यंत्रणांचे व्यसन तर लागते आहेच शिवाय, त्यांच्या आणि तुमच्याही नकळत, ते सायबर-गुन्हेगारीत अलगद सापडण्याची शक्यताही खूप आहे! अलिकडच्या आकडेवारीनुसार महाराष्ट्र राज्यात विविध सायबर गुन्ह्यांमध्ये अटक झालेल्यांपैकी ५१ टक्के गुन्हेगार हे १८ ते ३० या वयोगटातले आहेत. विशेष म्हणजे, १८ वर्षांखालील अल्पवयीन सायबर गुन्हेगारांचाही सहभाग वाढत आहे. मात्र, त्यांच्यावर अद्याप कठोर शिक्षेची कुठलीच तरतूद कायद्यात नाही.

अल्पवयीन किंवा बालगुन्हेगार म्हटले की सर्वांच्या डोळ्यांपुढे स्त्रियांवरचे अत्याचार, खून, दरोडे, अपहरण अशांसारख्या गंभीर गुन्ह्यांतील मुले येतात. मग त्यांना गंभीर शिक्षा द्यावी, कमी शिक्षा द्यावी की सुधारण्याचा प्रयत्न करावा वगैरे चर्चा सुरू होतात. आपण त्यामध्ये न पडता विषयाला चिकटून राहू.

सन २००० नंतर आपल्याकडे (आणि प्रगत देशांमध्ये त्याआधीच्या दशकापासून) इंटरनेट आणि वर्ल्डवाइड वेबने मूळ धरण्यास सुरूवात केली आणि बघताबघता त्याने सर्वांच्याच आयुष्यात शिरकाव केला - इतका की प्रथम फक्त संवादमाध्यामांतील बदलापुरता मर्यादित असलेला नेटचा आवाका आता थेट सांस्कृतिक आणि सामाजिक परिवर्तन घडवण्यास कारण ठरू लागला आहे! चॅट, ऑनलाइन शॉपिंग, फेसबुकसारख्या सोशल मीडिया ह्यांसारख्या संकल्पना सर्वत्र पोहोचल्या आणि रुजल्या. मात्र खेडोपाडीदेखील 'नेट' पोहोचवण्याचे काम खर्या अर्थाने बजावले ते स्मार्टफोनने! ह्यामुळे जगभरच्या घडामोडींचे, ज्ञानाचे आणि माहितीचे भांडार खुले झाले. आता तर अन्य रूपांत मिळू शकणार्या माहितीमधील ९८% बाबी नेटवर उपलब्ध असतात तर काही बाबी फक्त नेटवरच प्रकाशित आणि प्रसारित केल्या जातात, अगदी नव्या चित्रपटापर्यंत! ह्या सर्व बदलांदरम्यानच म्हणजे १९९० नंतर जन्मलेल्या जगभरच्या मुलामुलींनी (जे आज म्हणजे २०१५ सालात तरूण आहेत) नेटचा स्वीकार फार सहजपणे आणि चटकन केला आहे. नेट नसलेल्या (फक्त २०-२५ वर्षांपूर्वीच्या)

जगाची ते अक्षरशः कल्पनाही करू शकत नाहीत व ते दिवस त्यांना ज्युरासिक युगाइतकेच दूरचे वाटतात हे सत्य आहे आणि हा बदल गुन्हेगारीच्या व्याख्येचेच पुनर्परीक्षण करण्यास सर्वांना भाग पाडतो आहे.

वेगवान उत्पादनप्रक्रियेमुळे इलेक्ट्रॉनिकच नव्हे तर सर्वच प्रकारच्या वस्तू बनवणार्या कंपन्यांतली स्पर्धा वाढली आहे. परिणामी, संवाद साधण्यासाठी लागणारी साधने परवडणार्या किंमतीत सर्वत्र मिळू लागली आहेत (लॅपटॉप, टॅब, स्मार्टफोन्स, विविध सॉफ्टवेअर्स आणि ॲप्स तसेच इलेक्ट्रॉनिक नसलेल्या अन्य वस्तूदेखील). जगभरातील माहिती आणि जगाशी संवाद ह्या दोन्ही बाबी एकत्रितपणे – आणि त्याही घरबसल्या – सर्वांनाच मिळू लागल्याने सायबर क्राइम किंवा सायबर–सुविधा वापरून केलेल्या अन्य स्वरूपाच्या गुन्ह्यांमध्ये मोठी वाढ होते आहे. ह्या नव्या गुन्हेगारांमध्ये १८ वर्षांखालील मुलामुलींचे प्रमाण

धक्कादायक आहे – गुन्हेगारांचे आणि गुन्ह्यांची शिकार झालेल्यांचेही! उदा. एकट्या अमेरिकेतील गेल्या काही वर्षांची आकडेवारी पाहता ह्यामध्ये दरवर्षी सुमारे २० % वाढ आहे.

हल्ली आपल्या सर्वच आर्थिक व्यवहारांची माहिती ऑनलाइन उपलब्ध असते. बँकेच्या संगणकीय प्रणालीत घुसलेले चोर (हॅकर्स) ही माहिती सहज मिळवून तिचा स्वतःच गैरवापर करतात किंवा ही माहिती इतरांना विकून मोकळे होतात. जून २०१४ मध्ये यूकेमध्ये असे एक रॅकेट उघडकीला आले. बँकांच्या संगणकांत बनावट सॉफ्टवेअर (मालवेअर) घुसवून चोरट्यांनी तब्बल ६५००० बँक खात्यांमधली माहिती गोळा केली आणि ती इतर गुन्हेगारांना – अमेरिकन बँकेसाठी प्रत्येक नोंदीला ३ डॉलर, युरोपीय महासंघामधील खात्यांसाठी ५ तर यूकेमधील खात्यांसाठी ७ डॉलर प्रत्येकी – याप्रमाणे विकली देखील! ह्यादरम्यान, संबंधित खातेदारांना, ऑनलाइन खरेदी आणि सेवासुविधांसंबंधीच्या बनावट इमेल पाठवून सुमारे ८० लाख पौंडांचा गंडा घालण्यात आला होता तो वेगळाच. निक वेबर आणि रायन थॉमस हे ह्यामागील गुन्हेगार म्हणजे अनुक्रमे १८ आणि १७ वर्षे वयाची 'ज्युनिअर कॉलेज' मधील मुले होती. बरे ह्यासाठी त्यांनी कोणत्याही प्रकारच्या अद्वितीय किंवा महागड्या सॉफ्टवेअरचा उपयोग केला नव्हता. त्यांनी वापरला होता साधा घरातला पीसी – आणि मुख्य म्हणजे स्वतःची बुद्धी !!...होय, आता गुन्हेगारीचे स्वरूप ह्या दृष्टीनेही बदलते आहे. चोर, गुन्हेगार अशांसारख्यांच्या सामाजिक – आर्थिक – शैक्षणिक स्तराबद्दलच्या पारंपारिक कल्पना सायबर गुन्हेगारांना बिलकुल लागू पडत नाहीत. त्यांचे वय कमी असले तरी बुद्धिमत्ता चांगली

असते (आणि बरेचदा आर्थिक स्तरही). आणि ही प्रकरणे हजारात एखादे अशी नाहीत, त्यांची संख्या वाढते आहे. ऑनलाइन सुरक्षितता पुरवणार्या एका कंपनीने यूकेमध्ये एक सर्वेक्षण केले असता आढळले की अमेरिकेतील दर ६ तरुणांपैकी एकान तर युरोपातील दर चार तरुणांपैकी एकाने कोणत्या ना कोणत्या प्रकारचे हॅकिंग एकदा तरी केलेले आहेच! हे वाचताना प्रश्न पडू शकतो की युवावर्गाला सायबरगुन्ह्यांचे एवढे आकर्षण का?

सर्वप्रथम एक लक्षात घेतले पाहिजे की अगदी आदिमकाळापसून देखील कोणताही समाज किंवा संस्कृती गुन्हेगारीपासून पूर्णतः मुक्त कधीच नव्हती आणि यापुढेही नसेल. त्यामुळे (कोणत्याही प्रकारच्या) गुन्ह्यांचे स्वरूप व ते मुळात का केले जातात ह्याचा विचार (प्रतिबंधक उपायांबरोबर) करावाच लागेल. मुळात सळसळत्या तरूण रक्ताला आखलेल्या, रुळलेल्या पारंपारिक आचार–विचारांच्या चौकटीतून बाहेर पडून काहीतरी करावेसे वाटते हे उघड सत्य आहे. आज अगदी वयोवृद्ध असलेल्यांनीही स्वतःचे तरूणपण आठवून पहावे, विशिष्ट वयात त्यांचेही त्यांच्या वाडवडिलांशी लहानमोठ्या मतप्रवाहांवरून संघर्ष झालेले आहेतच! प्रत्येक पिढी ही मागील पिढीपेक्षा 'स्मार्ट' असते हे देखील आपण पाहतो आणि अनुभवतो!! अशा वेळी आजच्या तरुणवर्गाला नेटसारखे अमर्याद विश्व लहानपणापासूनच खुले झाले आहे आणि नेट चे सर्वांत मोठे (आणि अद्वितीय) वैशिष्ट्य म्हणजे इथे स्वतःचे खरे वय आणि स्थान लपवणे अगदी सहजशक्य आहे. कोणत्याही पारंपारिक गुन्हेगारी मार्गांवर ही सुविधा आतापर्यंत कधीच मिळू शकलेली नाही! त्यामुळे तरुणाईला सर्वांत भावणारी गोष्ट म्हणजे 'थ्रिल' – उर्फ ...आज

कुछ तूफानी करते हैं... – पारंपारिक स्वरूपाचे गुन्हे न करता आणि कोणताही थेट धोका न पत्करताही घरबसल्या मिळते, सहजपणे काहीतरी वेगळे करून 'हीरो' बनता येते. शिवाय 'हॅकर्स हे नव्या जगाचे हीरो आहेत' असे अनेक चित्रपटांतून दाखवले गेले आहे आणि जात आहे. अगदी कनू रीव्हजच्या सुपरहिट 'मॅट्रिक्स' आणि त्याही खूप आधीपासून (१९९५ मध्ये तर 'हॅकर्स' असाच सिनेमा निघाला व तो चाललाही)

(सौजन्य - पब्लिक पीस लायब्ररी)

बाल– आणि तरूण वयातले सायबर गुन्हेगार आपल्या 'करिअर' ची सुरूवात साधारणतः 'सेक्स्टिंग' (सेक्शुअल टेक्स्टिंग) ने करतात कारण लैंगिक विषयांचे आकर्षण आणि उत्सुकता हा ह्या वयाचा अविभाज्य, मूलभूत आणि अगदी नैसर्गिक घटक असतो. समवयस्क परिचित / अपरिचित मुलामुलींचे फोटो अपलोड केले जातात किंवा 'फोटोशॉप' वापरून मूळ फोटो बदलला जातो व त्यातून कधीकधी ब्लॅकमेलिंगसारखे प्रकार घडतात. तर कधी

वैयक्तिक शत्रुत्वातून बदनामी करण्यासाठी इंटरनेट आणि सोशल नेटवर्क्सचा आधार घेतला जातो. दुसरी दिशा असते हॅकिंगची. ही घुसखोरी बरेचदा थ्रिलसाठी उर्फ जवानीचा जोशातून,उत्सुकता किंवा गंमत म्हणून केली जाते...क्वचित पैशाच्या लालसेने किंवा गरजेनेही. ह्याहून जास्त गंभीर (आणि काही बाबतीत धोकादायक – इतरांना!) म्हणजे एखाद्या विचारसरणीने भारले जाणे. 'इसिस' हे अगदी अलिकडचे सणसणीत उदाहरण सर्वांनाच माहीत असल्याने त्यावर जास्त स्पष्टीकरणाचीही गरज नाही! त्याआधी साम्यवादी विचारसरणीचा मोठा प्रभाव काहींवर असल्याने प्रस्थापित भांडवलशाहीने उभारलेली संगणक यंत्रणा तिच्याच सहाय्याने भेदून आपण सामाजिक क्रांतीला हातभार लावत आहोत असे मानणारे अनेकजण असतात. वर म्हटल्याप्रमाणे नेटवर वय, स्थान आणि बरेचदा खरी ओळखही लपवता येत असल्याने आर्थिक तसेच अर्ध–राजकीय मंचांवर प्रवेश मिळवणे सायबर गुन्हेगारांना सोपे जाते. नेटवरील व्यवहार क्षणार्धात पार पडत असल्याने त्यांचे परिणाम नंतर इतरांना निस्तरावे लागतात. सायबर गुन्ह्यांमधून होणार्या आर्थिक आणि सामाजिक वा राजकीय नुकसानीचे प्रमाण, पारंपारिक गुन्ह्यांच्या मानाने, खूपच

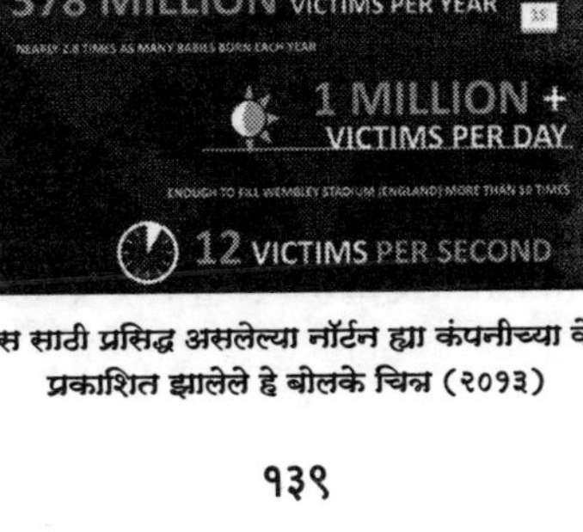

ऍंटिव्हायरस साठी प्रसिद्ध असलेल्या नॉर्टन ह्या कंपनीच्या वेबसाइटवर प्रकाशित झालेले हे बोलके चित्र (२०१३)

अधिक असते हे आपण जाणतोच.

थोडक्यात काय, गुन्हा रिअल (पारंपारिक) विश्वातला असो की व्हर्चुअल (आभासी), तरुण किंवा बाल–गुन्हेगारांचीही गुन्हा करण्यामागील कारणे साधारण सारखीच आहेत – बंडखोरी, 'बोअर' होणे, कायदेकानू वा चांगल्यावाईटाची जाण नसणे किंवा असली तरी काही नाही होत! असे म्हणून एखादी गोष्ट (विशेषतः मित्रपरिवाराने भरीला घातल्यावर) करून पाहणे इ. इ. जवळजवळ प्रौढ असलेल्या व्यक्ती (म्हणजेच सोळासतरा वर्षाचा युवावर्ग) सोडल्या तर बाराचौदा वर्षांच्या मुलामुलींना (होय, इतकी लहान मुलेही आता गुन्हेगारीच्या क्षेत्रात जगभर आढळत आहेत) बरेचदा आपण काही बेकायदा कृत्य करीत आहोत हे समजतही नाही!

अल्पवयीन मुलेमुली सायबरगुन्हे फक्त करतात असे नाही तर त्यांमध्ये बळीही पडतात. खरे तर अशा अल्पवयीन सायबर बकर्यांची संख्या ह्याच वयोगटातील सायबर गुन्हेगारांपेक्षा जास्त आहे! आजच्या पिढीला (इतरांना गुंतागुंतीचे भासणारे) संवादमाध्यमी तंत्रज्ञान अगदी लहानपणापासूनच सुलभतेने हाताळण्याची संधी मिळाली आहे. त्यामुळे सर्वसाधारणपणे प्रौढांच्या तुलनेमध्ये तरूणांचे इंटरनेट वापरण्याचे प्रमाण खूपच जास्त असते. शिवाय सोशल मीडियावर सतत चॅटिंग इ. चालू असतेच. बरेचदा निव्वळ उत्सुकतेपायी त्यांच्याकडून संशयास्पद साइट्स उघडल्या जातात (कधीकधी तर संगणकातील ऍंटिव्हायरसने धोक्याचा इशारा दिल्यानंतर देखील!). परिणामी

त्यांच्या वापरातील संगणकीय प्रणालींमध्ये विविध व्हायरस, मालवेअर, स्पायवेअर घुसवणे सोपे जाते. फेसबुकवरून बदनामी किंवा ऑनलाइन व्यवहारांतील फसवणूक इ. मध्ये अल्पवयीनांचे प्रमाण पुष्कळच आहे.

ह्यामुळे पालकांची डोकेदुखी वाढली आहे ह्यात शंकाच नाही. आणि जबाबदारीही. होऊ दे खर्च, बरं आहे घरचं! ह्या नव्या म्हणीतला विनोदाचा भाग सोडला तरी 'पैशाने सगळे विकत घेता येते' असे मानणार्या बेफिकीर आईबाबांची अति लाडावलेली मुलेमुली निव्वळ 'थ्रिल' साठी गुन्हे करतात हे अनेकदा दिसून आले आहे. पालकांनी मुलांना संगणक, स्मार्टफोन किंवा तत्सम यंत्रणांपासून दूर ठेवावे असे मला अजिबात म्हणायचे नाही...कारण तितकी गरज नाही आणि मुळात ते शक्यच नाही! परंतु अशा साधनांचा गरजेपुरता वापर करणे / त्यांचा करमणूक किंवा संवादासाठी उपयोग करणे / त्यांच्या आहारी जाऊन त्यांचे गुलाम बनणे ह्या तीन संपूर्णतः वेगळ्या बाबी आहेत हे सर्व वापरकर्त्यांना समजणे आवश्यक आहे. काही वेळा धावपळीच्या आयुष्यामुळे किंवा मनुष्यबळाअभावी पालकांचाही नाइलाज होतो आणि आपल्या अपत्यांशी प्रत्यक्षाऐवजी आभासी संवाद

करण्यावर आणि दुरूनच संबंध ठेवण्यावर भर द्यावा लागतो हे खरे असले तरी एकंदरीने अशी थेट वा छुपी व्यसने लागण्यापासून तसेच वाईट संगतीत सापडण्यापासून मुलामुलींना दूर ठेवणे हे त्यांचे कर्तव्य आहे.

अल्पवयीनांच्या हातून घडणार्या गुन्ह्यांची (विशेषतः सायबरविश्वातील) आणखीही एक बाजू आहे – संबंधित कायद्यांची कमतरता! सायबर गुन्हेगारीतला लहानांचा सहभाग जगभर अतिवेगाने वाढत असला तरी ह्या प्रकाराला हाताळण्यासाठी योग्य कायदे बनवलेलेच नाहीत. आपल्याकडेच नाही तर प्रगत देशांत, अगदी तंत्रज्ञानाची मक्का समजली जाणार्या अमेरिकेत देखील जवळपास हीच स्थिती आहे!! पोर्नोग्राफीचा (अश्लील वाङ्मयाची निर्मिती व प्रसार) थोडाफार अपवाद वगळता सामाजिक वा आर्थिक पैलू असलेल्या सायबरगुन्ह्यांना अटकाव करणारी प्रभावी यंत्रणा बहुधा जगात कोठेच नाही...आणि त्यातून गुन्हेगार अगदीच अल्पवयीन किंवा तत्सम प्रवर्गातील असेल तर त्याला शासन करण्याची किंवा अशी गुन्हेगारी कायदेशीर दृष्ट्या आटोक्यात ठेवण्याची प्रक्रिया आणखीनच अवघड होते. ह्यामुळे काही प्रकरणांमध्ये संबंधितांना वाजवीपेक्षा जास्त शिक्षा होते तर काही वेळा असे गुन्हेगार – भरपूर परिस्थितिजन्य पुरावा असूनही – पोलिसांसमोरच सरळसरळ सुटलेले देखील आढळतात कारण त्यांना योग्य चौकटीत बंदिस्त करू शकणारे कायदेच अस्तित्वात नसतात.

गंमत किंवा उत्सुकता म्हणून इतरांच्या वैयक्तिक वा सामाजिक आयुष्यात एखादेवेळी डोकावणे आणि त्यामध्ये घुसखोरी करून

तेथील माहितीचा आपल्या मतलबासाठी विकृत किंवा गुन्हेगारी वापर करणे ह्यामध्ये फरक आहे. हा फरक दाखवणारी सीमारेषा कधी ठळक असते तर कधी अगदी पुसट...प्रत्येकाने ती ओळखण्याचा प्रयत्न करून गमतीतून गुन्हेगारीकडे होणारा (स्वतःचा आणि इतरांचाही) प्रवास रोखणे गरजेचे आहे.